மஹ்மூத் தர்வீஷ் கவிதைகள்

தமிழாக்கம்

எம்.ஏ. நுஃமான்

அடையாளம்

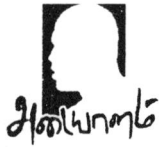

முதல் பதிப்பு 2008
இரண்டாவது மீளச்சு 2020

© பதிப்புரிமை இல்லாதது. இந்த நூலில் உள்ள ஏதாவது ஒரு பகுதியைப் பயன் படுத்துவோர் மொழிபெயர்ப்பாளருக்கோ வெளியீட்டாளருக்கோ தெரிவிக்க வேண்டுகிறோம்.

வெளியீடு: அடையாளம், 1205/1 கருப்பூர் சாலை, புத்தாநத்தம் 621310, திருச்சி மாவட்டம், இந்தியா, தொலைபேசி: 04332 273444

நூல் வடிவம்: த பாபிரஸ், அச்சாக்கம்: அடையாளம் பிரஸ், இந்தியா
ISBN 978 81 7720 104 8
விலை: ₹ 120

Mahmoud Darwish Kavithaikal, Mahmoud Darwish's Poems in Tamil, Selected & translated from English by M. A. Nuhman, Published by Adaiyaalam, 1205/1 Karupur Salai, Puthanatham 621 310, Tamilnadu, India

பொருளடக்கம்

	மஹ்மூத் தர்வீஷ் ஓர் அறிமுகம்	5
1	வாக்குமூலம்	17
2	நாடுகடத்தப்பட்டவனின் கடிதம்	19
3	கைக்குட்டைகள்	24
4	பலஸ்தீனக் காதலன்	26
5	பலியாள் இலக்கம் 18	30
6	பலியாள் இலக்கம் 48	32
7	முதல் சந்திப்பு	33
8	எதிர்வினை	35
9	மனிதனைப்பற்றி	36
10	சீற்றம்	37
11	மனிதருக்குரிய பாடல்	38
12	விருப்பங்கள்	39
13	எதிர்ப்பு	40
14	நான் பிரகடனம் செய்கிறேன்	41
15	இரங்கற்பா	43
16	தூரத்து நகரில் ஒரு அந்நியன்	47
17	சிறை	48
18	நம்பிக்கை	49
19	கடவுச்சீட்டு	50
20	என் தாய்க்கு	52
21	அலைந்துகொண்டிருக்கும் கித்தார் இசைஞன்	53
22	தாய் நாடு	55
23	மன்னிப்பு	56
24	ஒலிவமரச் சோலையிலிருந்து ஒரு குரல்	57

25	கலிலீயில் பறவைகள் மடிகின்றன	58
26	ஐ.ஃபாவுக்குத் திரும்புதல்	60
27	வெள்ளை லில்லி மலர்களைக் கனவுகாணும் படைவீரன்	63
28	சங்கீதம் 2	67
29	சங்கீதம் 3	70
30	சங்கீதம் 6	71
31	சங்கீதம் 8	73
32	சங்கீதம் 9	75
33	சங்கீதம் 10	76
34	சங்கீதம் 15	78
35	சங்கீதம் 16	79
36	நான் அங்கு பிறந்தேன்	80
37	தந்தையே நான் யூசூஃப்	81
38	முற்றுகை	83
39	அவன் அமைதியாக இருக்கிறான்	90
40	திரை விழுகிறது	92
41	நிலத்தின் கவிதை	94
42	இரவில் கேட்கும் காலடி ஓசைகள்	101
43	நான் உன்னைக் காதலிக்கிறேன் போலும்	102
44	மலையடிவாரத்தில் குதிரைகள் கனைக்கின்றன	105
45	இயலும்போதெல்லாம் வாழ்வை நேசிக்கிறோம்	106
46	சிறைக்கூடத்துக்கு சுவர்கள் இல்லை	108
47	ஓ அப்துல்லா	109
48	கடலுக்கு ஒரு வானம்	112
49	உயிர்த்தியாகிகள் உறங்கச் செல்லும்போது	113
50	நாம் இழந்தோம்	115
51	செவ்விந்தியன் பேசுகிறான்	116
	ஆங்கில மொழிபெயர்ப்பாளர்கள், பயன்பட்ட நூல்கள்	128

மஹ்மூத் தர்வீஷ் ஓர் அறிமுகம்

மஹ்மூத் தர்வீஷ் பலஸ்தீனக் கவிஞர்களுள் மிக முக்கியமானவரும் வெளி உலகில் நன்கு அறியப்பட்டவருமாவார். 1969இல் ஆசிய ஆபிரிக்க எழுத்தாளர் ஒன்றியம் தனது பெருமைக்குரிய தாமரை விருதை இவருக்கு வழங்கிக் கௌரவித்தது. அப்போது மஹ்மூத் தர்வீஷுக்கு 28 வயதுதான். சோவியத் யூனியன் 1983இல் இவருக்கு லெனின் விருது வழங்கியது. பிரான்ஸிய அரச உயர் விருது ஒன்றும் (1997) மொறோக்கோ மன்னரின் லன்னான் விருதும் (2001) இவருக்கு வழங்கப்பட்டன.

மஹ்மூத் தர்வீஷ் 1941ஆம் ஆண்டு பலஸ்தீனத்தில் அக்றே என்னும் நகருக்கு அருகில் உள்ள பிர்வா என்னும் கிராமத்தில் பிறந்தார். 1948இல் ஏனைய பல பலஸ்தீனக் கிராமங்களைப் போலவே இஸ்ரேலியர்களால் இக்கிராமமும் முற்றாக அழிக்கப்பட்டது. அப்போது ஏழு வயதான தர்வீஷ் அகதியாகத் தன் பெற்றோருடன் லெபனானுக்குக் குடிபெயர்ந்தார். ஓராண்டுக்குப் பின் அவர்கள் ஆக்கிரமிக்கப்பட்ட பலஸ்தீனுக்குத் திரும்பி வந்து கலிலீயில் குடியேறினர். 1971ஆம் ஆண்டுவரை இஸ்ரேலினால் ஆக்கிரமிக்கப்பட்ட பிரதேசத்திலேயே தர்வீஷ் வாழ்ந்துவந்தார். பலமுறை சிறையிலும் தடுப்புக்காவலிலும் அவர் வாழ நேர்ந்தது.

1971இல் கெய்ரோவில் நடைபெற்ற ஒரு பத்திரிகையாளர் மாநாட்டில், தான் இஸ்ரேலால் கைப்பற்றப்பட்ட பிரதேசத்தை விட்டு வெளியேறி கெய்ரோவில் வாழப்போவதாக மஹ்மூத் தர்வீஷ் அறிவித்தார். ஒரு படைவீரன் யுத்தகளத்தைவிட்டுத் தப்பிச் செல்வதை ஒத்ததாக இது கருதப்பட்டது. எனினும் இஸ்ரேலின் நெருக்குவாரத்தில் இருந்து தப்பிச் செல்வது அவருக்கு அவசியமாக இருந்தது. இஸ்ரேலில் அவரது அன்றாட வாழ்வு மிகுந்த சிரமத்துக்குள்ளாகி இருந்தது. அடிக்கடி சிறையிலும் வீட்டுக் காவலிலும் இருக்க வேண்டியிருந்தது. ஆயினும் தனது வேர்களையெல்லாம் இழந்து வெளிநாட்டில் வாழ்வது அவருக்கு இனிமையான அனுபவமாக இருக்கவில்லை. 'எனது நாட்டைவிட்டு வெளியேறுவது என்பது எனது வாழ்வைச் சுக்கு நூறாக உடைத்தது. இது எனக்கு மட்டும் நேர்ந்த விதியல்ல' என்று ஒரு பேட்டியில் அவர் தெரிவித்துள்ளார்.

உன்னை விட்டு நான் விலகிச் செல்கிறேன்
உன்னருகில் ஈர்க்கப்படுவதற்காக

என்று தன் தாய் நாட்டைப் பிரிந்தமைபற்றி அவர் ஒரு கவிதையிலும் குறிப்பிட்டுள்ளார்.

மஹ்மூத் தர்வீஷ் மிக இளம் வயதிலேயே கவிதை எழுத ஆரம்பித்தார். *சிறகிழந்த பறவைகள்* என்ற அவரது முதலாவது கவிதைத் தொகுதி 1960ஆம் ஆண்டு அவரது 19ஆவது வயதில் வெளிவந்தது. அதைத் தொடர்ந்து முப்பதுக்கும் அதிகமான தொகுதிகள் அரபு மொழியில் வெளிவந்துள்ளன. அவுற்றுட் சில வருமாறு: *ஒலிவ் இலைகள்* (1964), *ஒரு பலஸ்தீனக் காதலன்* (1966), *இரவின் முடிவு* (1967), *கலிலீயில் பறவைகள் மடிகின்றன* (1970), *நான் உன்னை நேசிக்கிறேன் – நான் உன்னை நேசிக்கவில்லை* (1972), *ஏழாவது முயற்சி* (1975), *திருமணங்கள்* (1977), *மனித மாமிசத்தின் இசை* (1980), *மண்ணும் ஏனைய கவிதைகளும்* (1986), *நீ செய்ததற்கு மன்னிப்புக் கேளாதே* (2003). இருபதுக்கு அதிகமான மொழிகளில் இவரது கவிதைகள் மொழிபெயக்கப்பட்டுள்ளன. தமிழிலும் பல மொழிபெயர்ப்புகள் வெளிவந்துள்ளன.

'விரக்தி, அராஜகம் ஆகியவற்றின் குழந்தை நான்' என்று கூறும் மஹ்மூத் தர்வீஷ் பலஸ்தீன அவலத்தில் விளைந்த ஒரு கவிஞர். 'எனது ஆறு வயதிலேயே கூடாரம், செஞ்சிலுவைச் சங்கம், ஐக்கிய நாடுகள் அகதிகள் சேவை போன்ற சொற்களை நான் கற்றுக்கொள்ள வேண்டியிருந்தது. நான் குழந்தையாக இருந்தபோது என்னை வந்து தாக்கிய பெருங்கற்கள்தான் இந்தச் சொற்கள். ஆனால், இந்தச் சொற்கள்தான் என்னைக் கவிதை எழுதவைத்தன. எனது தேசியத் தன்மை பற்றிய உணர்வை எனக்கு ஏற்படுத்தின. நான் ஓர் அராபியன் என்பதை உணர வைத்தன'என அவர் கூறியுள்ளார்.

பலஸ்தீனம் மீதான காதலும் அதனை இழந்த துயரும் அவரது பெரும்பாலான கவிதைகளின் பாடுபொருளாக உள்ளன. அவரது ஆரம்பகாலக் கவிதைகளுள் ஒன்றான 'முதல் சந்திப்பு' பின்வருமாறு:

எனது கைகளைப் பலமாய் அழுத்தி
மூன்றே சொற்களை மெல்லென மொழிந்தாள்
அன்று நான் பெற்ற அரும்பொருள் அவையே
'நாளை மீண்டும் சந்திப்போம்'
பின்னர் பாதை அவளை மறைத்துவிட்டது

இருமுறை முகம் மழித்தேன்
இருமுறை சப்பாத்துகளைத்
துடைத்து மினுக்கினேன்
நண்பனின் இரவல் 'ஷேட்'டினை அணிந்தேன்

இரண்டு லிறாக்களும் எடுத்துக் கொண்டேன்
பால்கோப்பியும் இனிப்பும் வாங்கிக் கொடுக்க

காதலர்கள் புன்னகை செய்கையில்
நான் தனிமையில் இருந்தேன்
என்னுள்ளும் ஏதோ சொன்னது
நாமும் கூடப் புன்னகை செய்யலாம்

சிலவேளை அவள் இதோ வந்துகொண்டிருக்கலாம்
சிலவேளை அவள் இதை மறந்தும் இருக்கலாம்
சிலவேளை... சிலவேளை
இன்னும் இரண்டு நிமிடமே உள்ளது

நாலரை மணி
அரைமணி நேரம் முடிந்துவிட்டது
ஒரு மணிநேரம்... இருமணி நேரம்
நிழல்கள் தாமே நீண்டு செல்கின்றன
வாக்களித்தவள் வரவே இல்லை
நாலரை மணிக்கு

இந்தக் கவிதையில் வாக்களித்தவள் என்று குறிப்பிடப்படுவது பலஸ்தீனம்தான் என நாம் கருதலாம். தேசத்தின் மீதான காதலே இக்கவிதையின் உட்பொருள் எனலாம். சியோனிசவாதிகளிடம் பலஸ்தீன தாயகம் இழக்கப்பட்டமைதான் மஹ்மூத் தர்வீஷின் கவிதைகளின் அடிப்படைப் பொருளாகும். இந்த இழப்பு தனது சொந்த வீட்டின், தன் சொந்தக் காதலின் இழப்பாக அவரது கவிதைகளில் தன்மயமாக்கப்பட்டுள்ளது. அவரைப் பொறுத்தவரை பலஸ்தீனம் இழந்த காதலியாகும். 'நானே காதலன், நாடே காதலி' என இதனை ஒரு கவிதையில் அவர் வெளிப்படையாகவும் கூறியுள்ளார். இழந்த காதலி பற்றிய கனவுகளும் நம்பிக்கைகளும் துயரங்களும் அவரது கவிதைகளின் அடிச்சரடாக உள்ளன எனலாம்.

காயம் அல்லது புண் என்பதும் அவரது கவிதைகளில் அடிக்கடி இடம்பெறும் ஒரு படிமமாகும். பலஸ்தீன மக்களின் ஆறாத்துயரத்தை இது குறித்து நிற்கின்றது.

நாட்பட்ட எனது புண்ணுக்கு ஆறுதலாக
எனது களைத்த வார்த்தையைத் தருகிறேன்

சுகப்படுத்த முடியாத ஒரு காயமாக
அவனை எங்கள் இதயத்தில் இருத்துவோம்

கண்ணீரை, சோகத்தை,
கஷ்டங்களை விடப் பெரியது காயம்

நான் இளைஞனாயும்

அழகனாயும் இருந்தபோது
ரோஜா எனது இல்லமாக இருந்தது
அருவிகள் எனது கடல்களாய் இருந்தன
பின்னரோ
ரோஜா ஒரு காயமாக மாறியது
அருவிகள் தாகமாயின

தர்வீஷின் கவிதைகளில் அடிக்கடி வரும் இப்படிமங்கள் பலஸ்தீன மக்களின் துயரத்தின் குறியீடாகவே உள்ளன.

மஹ்மூத் தர்வீஷ் தனது ஆரம்ப காலத்திலேயே அதிக பிரபலம் பெற்றிருந்தார். ஜனரஞ்சகமான இசைக் கலைஞர்களுக்கு நிகரான ஒரு பிரபலம் இவருக்கு இருந்தமை பற்றிப் பலரும் குறிப்பிட்டுள்ளனர். இவரது கவிதை வாசிப்பு நிகழ்ச்சிகளில் ஆயிரக்கணக்கான ரசிகர்கள் கலந்துகொண்டனர். இணைய தளங்களில் அவரது கவிதை வாசிப்பு நிகழ்வுகளை யாரும் பார்த்து ரசிக்கலாம். மண்டபம் நிறைந்த சனக் கூட்டத்தின் மத்தியில் தனது கவிதைகளை அவர் வாசிப்பதும், மக்கள் கரகோஷம் செய்து அதை வரவேற்பதும் மறக்கமுடியாத அனுபவம்.

பலஸ்தீன விடுதலைப் போராட்டத்தின் பிரசாரகனாக, பேனாவும் மையும் கொண்டு போரிடும் ஒரு போராளியாகவே பலர் இவரைக் கருதுகின்றனர்.

நான் வாழும்வரை என் சொற்களும் வாழும்
சுதந்திரப் போராளிகளின் கைகளில்
ரொட்டியாயும் ஆயுதமாயும் என்றும் இருக்கும்

என தன் கவிதைபற்றி இவரே ஒரு கவிதையில் குறிப்பிட்டுள்ளார்.

மஹ்மூத் தர்வீஷ் கருத்துநிலை ரீதியில் மார்க்சீயச் சார்புடையவர். 1961இல் இவர் இஸ்ரேல் கம்யூனிஸ்ட் கட்சியில் இணைந்தார். பலஸ்தீனப் பிரச்சினையும், சியோனிச அபாயமும், அரபு உலகின் நெருக்கடியும் தீர்க்கப்படுவதற்கு அரபு உலகின் அரசியல் சமூக அமைப்பு முழுமையாக மாற்றப்படவேண்டும் என இவர் கருதினார். மதச் சார்பின்மையை இவர் ஆதரித்து நின்றார். 'எனது குடும்பம் ஒரு முஸ்லிம் குடும்பம்தான். ஆனால் நானோ பல மதங்கள் பன்னூறு ஆண்டுகளாக சகவாழ்வு நடத்தும் பலஸ்தீனத்தில் பிறந்தவன். பலஸ்தீனம் எப்போதும் முஸ்லிம், கிறிஸ்தவ, யூத நாடாகவே இருந்து வந்துள்ளது. அங்கே இந்த மதங்கள் எல்லாவற்றுக்கும் இடம் உண்டு. நான் மதம் சார்ந்த தனித்தன்மையையும் அடிப்படை வாதத்தையும் நிராகரிக்கின்றேன்' என ஒரு பத்திரிகைப் பேட்டியில் இவர் குறிப்பிட்டுள்ளார்.

தர்வீஷ் பலஸ்தீன விடுதலை இயக்கத்துடன் நெருக்கமாக இணைந்து செயற்பட்டவர். 1987இல் அதன் நிறைவேற்றுக் குழு உறுப்பினராகத் தெரிவுசெய்யப்பட்டார். பலஸ்தீன ஆய்வு மையத்தின் இயக்குனராகவும் பணிபுரிந்தார். 1988இல் பலஸ்தீன மக்களின் சுதந்திரப் பிரகடனத்தை வரைந்தவரும் இவரே. ஆயினும், 1993இல் அமெரிக்க ஆதரவுடன் யசிர் அரபாத் இஸ்ரேலுடன் செய்துகொண்ட ஒஸ்லோ சமாதான உடன் படிக்கையை எதிர்த்து பலஸ்தீன விடுதலை இயக்கத்தை விட்டு வெளியேறினார். எட்வேர்ட் சைதைப் போல இஸ்ரேலுடன் ஒரு உறுதி யான, நீதியான உடன்பாட்டையே இவரும் விரும்பினார். இன்டிபாதா இயக்க காலத்தில் (2000-2001) அவர் அந்த இயக்கத்தின் ஆதரவாளராக இருந்தார். அதுபற்றி முக்கியமான சில கவிதைகளும் எழுதினார்.

அண்மைக்காலமாக பலஸ்தீன விடுதலை இயக்கங்களுக்கிடையே ஏற்பட்டுள்ள உள்முரண்பாடுகளையும், மோதல்களையும் தர்வீஷ் மிகுந்த வேதனையுடன் நோக்கினார். 2007 ஜூலையில் ஹைஃபாவில் நடைபெற்ற தன் கவிதை வாசிப்பு நிகழ்ச்சியின்போது, சுமார் இரண்டாயிரம் மக்கள் நிறைந்திருந்த மண்டபத்தில் ஜூன் மாதத்தில் நடைபெற்று முடிந்த ஹமாஸ் - ஃபதாஹ் மோதலைக் கண்டித்துப் பேசினார். '(பலஸ்தீனத்தின்) நால்வண்ணக் கொடியை (ஹமாஸின்) ஒரு வண்ணக் கொடி அகற்றியிருப்பதைக் காண்பதற்காக நாம் கோமாவில் இருந்து விழித்தெழும்பினோம்' என்று கசப்பான எள்ளலுடன் அவர் குறிப்பிட்டார். 'நாம் வெற்றிபெற்றுள்ளோம். மேற்குக் கரையிலிருந்து காசா தன் விடுதலையைப் பெற்றுவிட்டது. ஒரே மக்களுக்கு இப்போது இரண்டு அரசுகள், இரண்டு சிறைச் சாலைகள். அலுகோசின் ஆடையிலுள்ள பலியாட்கள் நாம். ஆக்கிர மிப்பாளனே வெற்றிபெற்றுள்ளான் என்பதை அறிந்துகொண்ட வெற்றியாளர்கள் நாம்' என தன் கவிதைப் பாணியிலேயே அவர் எள்ளி நகையாடினார். வீதிகளில் நடைபெற்ற தற்கொலை முயற்சியாகவும் அதனை வர்ணித்தார்.

சியோனிசத்துக்கு எதிராகப் போராடினாலும் அவர் ஒரு யூத வெறுப்பாளர் அல்ல. 'எதிரியைக் கூட மனிதமயப்படுத்துவதற்கு நான் தொடர்ந்தும் முயல்வேன். எனக்கு ஹீப்று மொழியைக் கற்பித்த என் முதல் ஆசிரியர் ஒரு யூதர். என் முதல் காதலி ஒரு யூதப் பெண். என்னைச் சிறைக்கு அனுப்பிய முதல் நீதிபதியும் ஒரு யூதப் பெண்தான். ஆரம்பத்திலிருந்தே நான் யூதர்களை நரகர்களாகவோ தேவர்களாகவோ பார்க்கவில்லை. மனிதர்களாகவே பார்த்திருக்கிறேன்' என தர்வீஷ் கூறுவது அவரது கவிதை உள்ளத்தின் மனிதாபிமான வெளிப்பாடுதான். 'வெள்ளை லில்லி மலர்களைக் கனவுகாணும் ஒரு படைவீரன்' என்ற

தர்வீஷின் கவிதை இஸ்ரேல் படைவீரன் ஒருவன் பற்றிய வித்தியாச மான ஒரு சித்திரத்தைத் தருகிறது.

இவரது ஆரம்பகாலக் கவிதைகள் செவ்வியல் கவிதையின் தாக்கத் துக்கு உட்பட்டிருந்தன என்றும் 1960களின் நடுப்பகுதியிலிருந்தே நேரடியான ஜனரஞ்சக பாணிக்கு இவர் மாறினார் என்றும் கூறப் படுகின்றது. வெளிப்படையான அரசியல் சார்பான கவிதைகளையே அதிகம் எழுதிவந்த மஹ்மூத் தர்வீஷின் பிற்காலக் கவிதைகளில் ஓர் மாற்றம் காணப்படுவதை சில விமர்சகர்கள் அவதானித்துள்ளனர். இவரது பிற்காலக் கவிதைகள் அநுபூதிப் பாங்கானவை (mystical) என்றும், அரசியல் தாக்கம் குறைந்தவை என்றும் சிலர் கருத்துத் தெரிவித் துள்ளனர். தனது ஆரம்பகால எளிமையான நேரடியான பாணியி லிருந்து பூடார்த்தமான கவிதைப் பாணிக்கு இவர் மாறியதை அண்மைக் காலத்தில் இவர் எழுதிய கவிதைகள் பலவற்றில் காணலாம். தர்வீஷின் ரசிகர்கள் பலருக்கு இது ஒரு வகையில் ஏமாற்றம் அளித்துள்ளதாகக் கூறப்படுகின்றது. அவர் தனது அரசியல் குறிக்கோளைக் கைவிட்டு விட்டதாகவும் சிலர் கருதினர். சிலர் இதனை அவரது அரசியல் முதிர்ச்சி யாகக் கருதுகின்றனர்.

நியுயோர்க் ரைம்ஸ் பத்திரிகைக்கு அளித்த ஒரு பேட்டியில் தர்வீஷ் இதுபற்றிப் பின்வருமாறு கூறுகிறார்:

> நான் தூய கவிதையை நோக்கி நெருங்கிச் செல்லும்போது நீ முன்பிருந்த இடத்துக்குத் திரும்பிப்போ என்று பலஸ்தீனர்கள் சொல்கின்றனர். ஆனால், என் வாசகன் என்மீது நம்பிக்கை வைத்தால் நான் அவனை என்னுடன் அழைத்துச்செல்ல முடியும் என்பதை நான் அனுபவத்தின்மூலம் கற்றிருக்கிறேன். என் நவீனத்துவத்தை என்னால் உருவாக்க முடியும். நான் நேர்மையாக இருந்தால் என் விளையாட்டை என்னால் விளையாடமுடியும்.

எவ்வாறாயினும் அரபுலகின் முக்கியமான கவிஞர்களுள் ஒருவரா கவும் பலஸ்தீன தேசியக் கவியாகவும் அவர் கருதப்படுகிறார். அவரது கவிதை வரிகள் தற்கால அரபுப் பண்பாட்டின் பிரிக்கமுடியாத ஒரு பகுதியாகிவிட்டன என்று விமர்சகர்கள் கூறுகின்றனர். அரபுலகு எங்கும் பாடசாலைப் பாடப் புத்தகங்களில் அவரது கவிதைகள் இடம் பெற்றுள்ளன. இஸ்ரேல் யூதர்களாலும் அவர் விரும்பிப் படிக்கப்படும் ஒரு கவிஞராக இருக்கிறார். சில ஆண்டுகளுக்குமுன் இஸ்ரேல் பள்ளிப் பாட நூல்களில் தர்வீஷின் கவிதைகளைச் சேர்த்துக்கொள்ள வேண்டும் என இஸ்ரேல் கல்வி அமைச்சரே சிபார்சுசெய்தார். எனினும், அதற்கு இன்னும் காலம் கனியவில்லை என இஸ்ரேலியப் பிரதம் எஹுூத் பராக் அதைப் புறக்கணித்துவிட்டார்.

தர்வீஷ் அரபு மொழியிலேயே கவிதை எழுதினாலும் அவருக்கு ஆங்கிலம், ஹீப்று, ஃப்ரஞ்ச் ஆகிய மொழிகள் நன்கு தெரியும். ஹீப்று மொழியில் அவருக்கு நல்ல புலமை இருந்தது. ஹீப்று மொழி பெயர்ப்புகள் மூலமே தர்வீஷ் கார்சியா லோகா, பாப்லோ நெரூதா போன்ற கவிஞர்களை அறிந்துகொண்டார். யெஹூதா அமிச்சாய் தர்வீஷைக் கவர்ந்த ஹீப்று மொழிக் கவிஞர். நவீன அரபுக் கவிஞர் களுள் ஈராக்கைச் சேர்ந்த அப்துல் வஹாப் அல் பையத்தி, பத்ர் ஷாக்கிர் அல் சய்யப் ஆகியோர் தர்வீஷில் தாக்கம் செலுத்தியோர் என அவரது விமர்சகர்கள் கூறுகின்றனர்.

தர்வீஷின் தனிப்பட்ட வாழ்க்கை அவ்வளவு சுமுகமானதல்ல. இளம் வயதிலிருந்தே இஸ்ரேலிய ஆக்கிரமிப்பாளர்களால் அலைக் கழிக்கப்பட்டவர். சுமார் முப்பது ஆண்டுகாலம் நாடற்றவராக பல்வேறு அரபு நாடுகளில் புலம்பெயர்ந்து வாழ்ந்தவர். சிறிது காலம் மொஸ்கோவிலும் பாரிஸிலும் கூட வாழ்ந்திருக்கிருர். இருமுறை திருமணம் செய்து விவாகரத்துப் பெற்றவர். இரண்டு மனைவிகள் மூலமும் அவருக்குக் குழந்தைகள் இல்லை. தன் உடல் நலம் பற்றி அக்கறை இல்லாதவராக வாழ்ந்தார் என்று கூறப்படுகின்றது. மூன்று முறை இதய நோய்க்கு ஆளானார். முதலில் 1984இல் இவரை இதய நோய் தாக்கியபோது அறுவைச் சிகிச்சை மேற்கொள்ளப்பட்டது. இரண்டாவது முறையாக 1998இல் இதய நோய்க்காக அறுவைச் சிகிச்சை செய்துகொண்டார். கடந்த ஆகஸ்ட் மாதம் அமெரிக்காவில் இருக்கும் போது இறுதியாக அவரை இதயநோய் தாக்கியது. ரெக்சாஸ் மாநிலத்தில் ஹூஸ்டனிலுள்ள மெமோறியல் ஹெர்மன் மருத்துவ மனையில் அனுமதிக்கப்பட்டு அறுவைச் சிகிச்சை பலனளிக்காது 09.08.2008இல் காலமானார். அவரது மரணம் ஒரு தேசிய துக்கமாக அனுஷ்டிக்கப்பட்டது. பலஸ்தீன ஜனாதிபதி மஹ்மூத் அப்பாஸ் மூன்று நாள் துக்கதினம் அறிவித்தார். அவரது உடல் அரச மரியாதையுடன் ஜெருசலத்துக்கு அருகே அடக்கம்செய்யப்பட்டது.

2004இல் அம்ஸ்ரடாமில் பிறின்ஸ் க்லாவ்ஸ் பரிசு (Prince Claus Fund of Principal Prize) இவருக்கு வழங்கப்பட்டபோது ஏற்புரையில் அவர் கூறியவை அவரது கவித்துவ தரிசனத்தை ஒரு கவிதைபோல் வெளிப்படுத்துகின்றது. அவர் கூறினார்:

> ஒரு இடத்தில் ஒரு மனிதன் ஒருமுறைதான் பிறக்கமுடியும். இருப்பினும் அவன் வெவ்வேறு இடங்களில் பலமுறை இறக்கிறான். நாடு இழந்த நிலையிலும், சிறைகளிலும், ஆக்கிரமிப்பாலும் அடக்குமுறையாலும் ஒரு திகிலாக மாற்றப்பட்ட தாய்நாட்டிலும் அவன் பலமுறை சாகிறான். கவிதை என்பது ஒரு அழகிய மாயையை வளர்த்தெடுக்க நம்மைப் பயிற்றுவது.. மீண்டும் மீண்டும் நம்மிலிருந்து நாம் எப்படி

மறுபிறப்பெடுப்பது, சொற்களைக் கொண்டு ஒரு சிறந்த உலகை எவ்வாறு கட்டமைப்பது, வாழ்க்கையுடன் ஒரு நிரந்தரமான, ஒரு பூரணமான சமாதான ஒப்பந்தத்தைக் கைச்சாத்திட நம்மை இயலுமாக்குகிற ஒரு புனைவுலகத்தை எவ்வாறு உருவாக்குவது என்பவற்றுக்கு நம்மைப் பயிற்றுவது. இதுதான் கவிதை.

பலஸ்தீன விடுதலை இயக்கத்தின் பிரதான கவிஞர்களுள் ஒருவர் என்ற வகையிலும், நவீன அரபுக் கவிதையின் உருவாக்கத்தில் பெரும் பங்களிப்புச் செய்த மிக முக்கியமான கவிஞர் என்றவகையிலும் அவரது புகழ் நிலையானது என்பதில் ஐயமில்லை.

2

மஹ்மூத் தர்வீஷ் 1970களின் நடுப்பகுதியில் இருந்துதான் தமிழுக்கு அறிமுகமானார். இலங்கையில் நானும் பண்ணாமத்துக் கவிராயரும் அக்காலப் பகுதியில் தர்வீஷின் கவிதைகள் சிலவற்றை மொழி பெயர்த்தோம். நான் 70களில் மொழிபெயர்த்த தர்வீஷின் எட்டுக் கவிதைகள் எனது 'பலஸ்தீனக் கவிதைகள்' முதற் பதிப்பில் (1982) இடம் பெற்றன. இக்காலப் பகுதியில் பண்ணாமத்துக் கவிராயரின் மொழி பெயர்ப்பில் சஞ்சிகைகளில் பிரசுரமான ஏழு கவிதைகள் பின்னர் வெளிவந்த அவரது 'காற்றின் மௌனம்' (1996) என்ற மொழிபெயர்ப்புக் கவிதைத் தொகுப்பில் இடம்பெற்றன. எனது பலஸ்தீனக் கவிதைகளின் இரண்டாம் பதிப்பில் (2000) எனது மொழிபெயர்ப்பாக தர்வீஷின் பத்தொன்பது கவிதைகள் இடம்பெற்றன. இலங்கையில் தர்வீஷின் கவிதைகளை மொழிபெயர்த்து அவரைத் தமிழுக்கு அறிமுகப் படுத்தியதில் சி. சிவசேகரத்துக்கும் ஒரு முக்கிய இடம் உண்டு. இவர் மொழிபெயர்த்த தர்வீஷின் கவிதைகள் இவரது 'பணிதல் மறந்தவர்' (1993) 'மறப்பதற்கு அழைப்பு' (2003) ஆகிய தொகுதிகளிலும் தாயகம், யாத்ரா ஆகிய சஞ்சிகைகளிலும் இடம்பெற்றன. தமிழ்நாட்டில் தர்வீஷை அறிமுகப்படுத்தியவர்களில் யமுனா ராஜேந்திரன், எஸ்.வி. ராஜதுரை, வ. கீதா ஆகியோர் முக்கியமானவர்கள். யமுனா ராஜேந்திரன் தொகுத்து வெளியிட்ட '25 கவிதைகளும் 500 கமாண்டோக்களும்' (1994) தமிழில் வெளிவந்த தர்வீஷின் முதலாவது கவிதைத் தொகுப்பு. இதில் உள்ள பதினாறு கவிதைகளை யமுனா ராஜேந்திரனே மொழிபெயர்த்துள்ளார். ஏனைய கவிதைகளை சிவசேகரம், சுகுமாரன், ஈரா பாலகிருஷ்ணன், நடராசன், கவிதன், விசுவநாதன், குமாரசாமி, மெலினா தேன்மொழி ஆகியோர் மொழிபெயர்த்துள்ளனர். எஸ்விஆர், வ. கீதா ஆகியோரின் மொழிபெயர்ப்புகள் அவர்களது *அவ்வப்போது பறித்த அக்கரைப் பூக்கள்* (1993) *மண்ணும் சொல்லும்* (2006) தொகுப்பிலும் வேறு

சிற்றிதழ்களிலும் இடம்பெற்றன. இவர்களைத் தவிர வேறு யாரேனும் தர்வீஷை தமிழில் மொழிபெயர்த்திருக்கலாம். அதுபற்றி எனக்கு விபரம் தெரியவில்லை.

மஹ்மூத் தர்வீஷின் மரணத்தை ஒட்டி அவரைச் சற்று விரிவான முறையில் அறிமுகப்படுத்தும் ஒரு தொகுப்பை வெளியிட வேண்டும் என்று விரும்பினேன். நண்பர் சாதிக் அதைத் தானே வெளியிடுவதாக ஒப்புக்கொண்டார். அதன் விளைவே இந்தத் தொகுப்பு. இதில் தர்வீஷின் *51 கவிதைகள்* இடம்பெறுகின்றன. சுமார் 100 கவிதைகளையாவது மொழிபெயர்க்க வெண்டும் என்பதே என் இலக்கு. இப்போது அதற்கு அவகாசம் இல்லை. இதன் அடுத்த பதிப்பு இன்னும் விரிவாக அமையும் என்று நம்புகிறேன்.

நான் அறிந்தவரை தமிழில் மொழிபெயர்க்கப்பட்ட தர்வீஷின் கவிதைகள் எவையுமே அரபு மூலத்திலிருந்து நேரடியாக மொழி பெயர்க்கப்பட்டவை அல்ல. பிற மொழிகளிலிருந்து தமிழுக்கு வந்த பெரும்பாலான மொழிபெயர்ப்புகள்போல ஆங்கில மொழிபெயர்ப்பு வழியாகவே தர்வீஷும் தமிழுக்கு அறிமுகமாகி இருக்கிறார். அவ்வகை யில் நமது மொழிபெயர்ப்புகள் மொழிபெயர்ப்பின் மொழிபெயர்ப்புகள் தான். மொழிபெயர்ப்பு என்பது, குறிப்பாக கவிதை மொழிபெயர்ப்பு, ஒரு வகையில் வடிகட்டல்தான். மூலக் கவிதையின் பல அம்சங்கள் மொழிபெயர்ப்பில் இழக்கப்பட்டு விடுகின்றன. மொழிபெயர்ப்பின் மொழிபெயர்ப்பு பற்றிச் சொல்ல வேண்டியதே இல்லை.

ஒரு கவிதையை இரண்டாவது மொழியிலிருந்து மொழிபெயர்ப்பதி லுள்ள முக்கியமான பிரச்சினை மூலமொழிக் கவிதைக்கு நமது மொழி பெயர்ப்புகள் எந்த அளவு நெருக்கமாக இருக்கின்றன என்பதைத் தீர்மானிக்க முடியாமல் இருப்பதுதான். ஒரு படைப்பைப் பலர் மொழி பெயர்க்கும்போது வேறுபாடுகள் தவிர்க்க முடியாதவை. தர்வீஷின் ஒரே கவிதைக்கான இரண்டு அல்லது பல ஆங்கில மொழிபெயர்ப்பு களைப் பரிசீலிக்கும்போது சிலவேளை அதிர்ச்சியூட்டும் வேறுபாடு களையும் அவதானிக்க முடிகிறது. இதில் முக்கியமானது விடுபாடுகள் ஆகும். தாங்கள் அவசியம் இல்லை என்று கருதும் பகுதிகளை, அல்லது மொழிபெயர்க்கச் சிக்கலாக இருப்பவற்றை, அல்லது சுருக்கம் கருதி ஒரு நெடுங்கவிதையின் சில பகுதிகளை சில மொழிபெயர்ப்பாளர்கள் தவிர்த்து விடுகின்றனர். தர்வீஷின் மொழிபெயர்ப்பில் நான் எதிர் நோக்கிய சில எடுத்துக்காட்டுகளை மட்டும் இங்கு தருகிறேன்.

அப்துல்லா அல் உதாரி (1986) மொழிபெயர்த்த தர்வீஷின் 'சங்கீதம் 3' இல் ஆறு வரிகள் கொண்ட இரண்டு பிரிவுகளே உள்ளன. ஆனால், டேனிஸ் ஜோன்சன் டேவிஸ் (1980) மொழிபெயர்த்த அதே கவிதையில்

பத்தொன்பது வரிகள் கொண்ட ஆறு பிரிவுகள் உள்ளன. உதாரி நான்கு பிரிவுகளை மொழிபெயர்க்காது விட்டுவிட்டார். அந்தப் பகுதிகள் தேவை யில்லை என்று அவர் கருதியிருக்கலாம். ஆனால் முழுக் கவிதையும் நம்முள் ஏற்படுத்தும் பாதிப்பை அவரது சுருக்கிய மொழிபெயர்ப்பு நமக்குத் தருவதில்லை. இதே கதி இத்தொகுப்பில் இடம்பெற்றுள்ள தர்வீஷின் புகழ் பெற்ற 'வாக்குமூலம்' என்ற கவிதைக்கும் நிகழ்ந்துள்ளது. பி. எஸ். சர்மாவின் தொகுப்பில் (1976) இக்கவிதையை *Investigation* என்ற தலைப்பில் மொழிபெயர்த்த இப்றாஹிம் முகம்மத் அதன் முக்கியமான சில பகுதிகளை மொழிபெயர்க்காமல் விட்டுவிட்டார். ஜோன்சன் டேவிஸின் தொகுப்பில் *Identity Card* என்ற தலைப்பில் உள்ள கவிதையைப் படித்தபோதுதான் இது எனக்குத் தெரியவந்தது. இக்கவிதையின் எனது முதல் மொழிபெயர்ப்பு இப்றாஹிம் முகம்மதின் மொழிபெயர்ப்பையே மூலமாகக் கொண்டிருந்தது. டேவிஸின் மொழி பெயர்ப்பை அடிப்படையாகக் கொண்டே பின்னர் அதைத் திருத்தினேன். உதாரியின் தொகுப்பில் *Earth Poem* என்ற தலைப்பில் தர்வீஷின் கவிதை ஒன்று உண்டு. இதன் மொழிபெயர்ப்பே எனது பலஸ்தீனக் கவிதைகள் இரண்டாம் பதிப்பில் 'பாடகன்' என்ற தலைப்பில் இடம்பெற்றுள்ளது. சி. சிவசேகரமும் இதை 'மண்ணின் கவிதை' என்ற தலைப்பில் அண்மையில் மொழிபெயர்த்துள்ளார். ஆனால், சல்மா கத்ரா ஜய்யூசி யின் (1992) தொகுப்பைப் படித்தபோது இக்கவிதை தர்வீஷின் *The Poem of the Land* என்ற நெடுங்கவிதையின் ஒரு சிறு பகுதிதான் என்பது தெரிய வந்தது. ஜய்யூசியின் தொகுப்பில்கூட அக்கவிதையின் தேர்ந்தெடுக்கப் பட்ட சில பகுதிகளே *From: Poem of the Land* என்ற தலைப்பில் மொழி பெயர்க்கப்பட்டுள்ளன. இத்தொகுப்பில் இடம்பெறும் 'நிலத்தின் கவிதை' அதன் மொழிபெயர்ப்பே. தர்வீஷின் 'முற்றுகை' என்ற கவிதையின் ஆங்கில மொழிபெயர்ப்பை இணையதளம் ஒன்றில் இருந்தே பெற்றேன். அதன் மொழிபெயர்ப்பாளர் பெயர் தெரிய வில்லை. இத்தொகுப்பில் இடம்பெற்றுள்ள முற்றுகை இதன் மொழி பெயர்ப்பே. இதே கவிதையை ரம்ஸிஸ் அமுன் என்பவரின் ஆங்கில மொழிபெயர்ப்பின் வழியாக சிவசேகரம் தமிழில் மொழிபெயர்த் திருப்பதை யாத்ரா–17 இதழில் பின்னர் பார்த்தேன். எனக்குக் கிடைத்த மொழிபெயர்ப்பு, மூலக் கவிதையின் அரைவாசிக்கும் குறைவுதான் என்பது அதை ஒப்பிடும்போது தெரியவந்தது. இணையதள மொழி பெயர்ப்பாளர் அந்த நெடுங் கவிதையில் தனக்குப் பிடித்த சில பகுதி களையே தேர்ந்தெடுத்து மொழிபெயர்த்திருக்கிறார்.

ஒரு மொழிபெயர்ப்பில் இத்தகைய விடுபாடுகள் அனுமதிக்கத் தக்கன அல்ல என்பதே என் நிலைப்பாடு. சில காரணங்களுக்காக

அவ்வாறு செய்ய நேர்ந்தால் மொழிபெயர்ப்பாளர் அதைப்பற்றிக் குறிப்பிடவேண்டும். இது மொழிபெயர்ப்பின் அடிப்படை ஒழுக்க விதிகளுள் ஒன்று என்பது என் கருத்து. இத்தகைய விடுபாடுகள் இன்னும் பல கவிதைகளில் இருக்கலாம். மூல மொழி தெரியாத நிலையில் இதை ஒப்புநோக்கிப் பார்க்கும் வாய்ப்பு நமக்கு இல்லை. இந்நிலையில் ஒரு மொழிபெயர்ப்பாளர் தான் மூலமாகக் கொள்ளும் மொழிபெயர்ப்புக்கு முடிந்த அளவு விசுவாசமாக இருக்க முயல்வதைத் தவிர வேறு வழியில்லை.

ஒரு மொழிபெயர்ப்பை நல்ல மொழிபெயர்ப்பு அல்லது மோசமான மொழிபெயர்ப்பு என்று கூறலாமே தவிர பரிபூரணமான மொழிபெயர்ப்பு என்று ஒன்று இல்லை. மூலப் படைப்பின் உணர்வுக்குக் கிட்டியதாகவும் அதேவேளை மொழிபெயர்ப்பு என்ற நெருடல் இல்லாமலும் அமையுமானால் ஒரு மொழிபெயர்ப்பை நல்ல மொழிபெயர்ப்பு என்று கூறலாம் என நினைக்கிறேன். அதேவேளை ஒரு படைப்பைப்போல் ஒரு மொழிபெயர்ப்பும் தொடர்ந்து செப்பனிடப் படக் கூடியதுதான் என்பதும் கருத்தில்கொள்ளப்பட வேண்டும்.

தர்வீஷ் போன்ற ஒரு கவிஞரை தமிழில் மொழிபெயர்ப்பது சிக்கலானது. அவரது கவிதைப் பாணியும் பெரும்பாலான படிமங் களும் அரபுக் கவிதை மரபிலிருந்தும் பண்பாட்டிலிருந்தும் வருவன. தமிழுக்குப் புதியன. அவரது பிற்காலக் கவிதைகள் பலவற்றில் தொடர் பறுந்த படிமங்கள் தொடர்பறுந்த வாக்கியங்களில் அடுக்கிச் சொல்லப் படுவதைக் காணலாம். அவரது நெடுங்கவிதைகளில் ஒவ்வொரு பிரிவும் தனித்து நிற்பதையும், முழுமையாகப் பார்க்கும் போது எல்லா வற்றுக்கும் இடையே ஒரு தொடர்பு இருப்பதையும் காணமுடியும். அவரது நிலத்தின் கவிதை, முற்றுகை, செவ்விந்தியன் பேசுகிறான் முதலியவை சில உதாரணங்கள்.

தர்வீஷின் எல்லாக் கவிதைகளிலும் இழையோடும் உணர்வு ஒன்றுதான். அபகரிப்பு, அடக்குமுறை, அநீதி ஆகியவற்றுக்கு எதிரான குரல், மீண்டும் உயிர்த்தெழுவோம் என்ற நம்பிக்கை. இத்தொகுப்பு தர்வீஷை ஓரளவு விரிவாக தமிழுக்கு அறிமுகப்படுத்துகிறது என்று நம்புகிறேன். இதனை அழகிய முறையில் வெளியிடும் அடையாளம் பதிப்புக் குழுவினருக்கு எனது நன்றிகள்.

எம். ஏ. நுஃமான்

தமிழ்த்துறை
பேராதனைப் பல்கலைக்கழகம்
இலங்கை

வாக்குமூலம்

எழுதிக்கொள் இதனை
நான் ஓர் அராபியன்
எனது அட்டையின் இலக்கம் 50,000.
எட்டுக் குழந்தைகள் உள்ளனர் எனக்கு
ஒன்பதாவது அடுத்த கோடையில்
கோபமா உனக்கு?

எழுதிக்கொள் இதனை
நான் ஓர் அராபியன்
தொழிலாளருடன் கற்கள் உடைக்கிறேன்
கற்பாறைகளைக் கசக்கிப் பிழிகிறேன்
எனது எட்டுக் குழந்தைகளுக்கும்
ரொட்டித் துண்டினைப் பெறுவதற்காக
புத்தகம் ஒன்றைப் பெறுவதற்காக

ஆயினும்
கருணை கேட்டு நான் இரந்திட மாட்டேன்
உன் அதிகாரத்தின் ஆளுகையின் கீழ்
முழந்தாள் இட்டு நான் பணிந்திட மாட்டேன்
கோபமா உனக்கு?

எழுதிக்கொள் இதனை
நான் ஓர் அராபியன்
பேர்புகழ் அற்ற ஒருவனே நான்
மூர்க்க உலகில் நிலைபேறுடையவன்
கோபச் சூழலில் அனைத்தும் இயங்கும்
ஒரு நாட்டின் புதல்வன்
காலம் பிறக்க முன்
யுகங்கள் உதயமாக முன்
சைப்ரஸ் மரங்களுக்கும் ஒலிவ் மரங்களுக்கும் முன்
களைகள் முதிர்ச்சியடைய முன்
ஆழச் சென்றன எனது வேர்கள்

எனது தகப்பன் ஓர் எளிய உழவன்
குலவழி அற்ற உழவன் என் பாட்டன்

எனது வீடு ஓர் வைக்கோல் குடிசை
பட்டங்கள் அற்ற வெறும் பெயர் எனது

எழுதிக்கொள் இதனை
நான் ஓர் அராபியன்
எனது தலைமுடி மிகவும் கறுப்பு
எனது கண்கள் மண்ணிறமானவை
எனது அரபுத் தலையணி:
அதைத் தொடுவோரின் கைகளைப் பிராண்டும்

எனது விலாசம்:
மறக்கப்பட்ட ஓர் தூரத்துக் கிராமம்
அதன் தெருக்களுக்குப் பெயர்கள் இல்லை
அதன் மக்கள் வயல்களில் உழுவோர்
கல் உடைக்கும் இடத்திலும் உழல்வோர்

எழுதிக்கொள் இதனை
நான் ஓர் அராபியன்
என் முன்னோரின் திராட்சை வனத்தை
திருடிக்கொண்டவன் நீ
நான் உழுத நிலத்தை
என் குழந்தைகளை திருடிக்கொண்டவன் நீ
எனக்கும் எனது பேரர்களுக்கும்
நீ விட்டு வைத்தவை இப்பாறைகள் மட்டுமே

அனைத்துக்கும் மேலே
இதனையும் எழுது
யாரையும் நான் வெறுப்பவன் அல்ல
யாரையும் கொள்ளை அடித்தவன் அல்ல

ஆயினும்
பட்டினி வருத்தும் போதிலோ என்னைக்
கொள்ளை அடித்தவன் தசையினைப் புசிப்பேன்

கவனம்
எனது பசியை அஞ்சிக்
கவனமாய் இருங்கள்
எனது சினத்தை அஞ்சிக் கவனமாய் இருங்கள்.

●

1964

நாடு கடத்தப்பட்டவனின் கடிதம்

1

வாழ்த்துகளும் கன்னத்தில் ஒரு முத்தமும்
சொல்வதற்கு என்னிடம் வேறு எதுவும் இல்லை
நான் எங்கு தொடங்குவேன்? எங்கு முடிப்பேன்?
காலத்தின் சுழற்சி முடிவற்றது
நாடற்ற நிலையில் என்னிடம் இருப்பதெல்லாம்
ஒரு சாக்குப் பைதான்
அதில் உள்ளவை:
ஒரு காய்ந்துபோன ரொட்டி
என் வேட்கை,
என் கசப்புகளைச் சொல்லி
என் சுமையைச் சற்றுக் குறைக்க உதவும்
ஒரு குறிப்பேடு, இவ்வளவே!
நான் எங்கிருந்து தொடங்குவது?
இதுவரை சொன்னதெல்லாம்,
இனிச் சொல்லாப்போவதெல்லாம் பயனற்றவை.
நாடிழந்த எவனையும்
தன் தாய் நாட்டுக்குத் திரும்பக் கொண்டுவர அவை உதவா
மழையைக் கொண்டுவர அவை உதவா
தொலைந்துபோன ஒரு பறவையின் முறிந்த சிறகில்
இறகுகளை வளர்க்கா.
நான் எங்கிருந்து தொடங்குவேன்?
வாழ்த்துகள் ஒரு முத்தம் – பிறகு...

2

நான் ஒலிவாங்கியில் சொன்னேன்:
நான் நலம் என்று என் தாயிடம் சொல்
நான் ஒரு பறவையிடம் சொன்னேன்:

அன்பான பறவையே நீ என் தாயைச் சந்திக்க நேர்ந்தால்
என்னை மறந்துவிடாதே
அவளிடம் சொல்: அவன் நலமாய் இருக்கிறான்.

நான் நலமாய் இருக்கிறேன்
நலமாய் இருக்கிறேன்
இன்னும் எனக்குப் பார்வை இருக்கிறது
வானத்தில் இன்னும் ஒரு நிலவு இருக்கிறது
என் பழைய சூட் கிழிந்துபோனாலும்
இன்னும் பயனற்றுப் போகவில்லை
நான் அதைத் தைத்துக்கொண்டேன்
இன்னும் அதை அணியலாம்.
நான் ஒரு இளைஞன் இப்போது
இருபதைத் தாண்டிவிட்டேன்
நினைத்துப்பார் – எனக்கு இருபது வயது
ஏனைய இளைஞர்கள்போல்,
தாயே நானும் வாழ்வை எதிர்கொள்கிறேன்
ஏனையோர்போல் நானும் அதன் சுமையைத் தாங்குகிறேன்
ஒரு உணவகத்தில் வேலை செய்கிறேன்
பாத்திரம் கழுவுகிறேன்
வாடிக்கையாளருக்குக் கோப்பி தயாரிக்கிறேன்
அவர்களை மகிழ்ச்சிப் படுத்த
கவலைதோய்ந்த என் முகத்தில்
புன்னகையை ஒட்டிவைக்கிறேன்

3

நான் நலமாய் இருக்கிறேன்
எனக்கு இருபது வயது
தாயே, ஏனைய இளைஞர்கள்போல் நானும் வளர்ந்துவிட்டேன்
நான் புகைக்கிறேன், சுவரில் சாய்ந்து நின்று
அழகிய பெண்களுக்கு ஹலோ சொல்கிறேன்.
மற்றவர்களைப்போல் நானும் சொல்கிறேன்:
சகோதரர்களே, பெண்கள் எவ்வளவு அன்பானவர்கள்
அவர்கள் இல்லாமல் வாழ்க்கை
எவ்வளவு கசப்பாய் இருக்கும் என்று எண்ணிப்பாருங்கள்.
வாழ்க்கை கசப்பானது
என் நண்பன் கேட்டான்: பசிக்கிறது. உன்னிடம் பாண் இருக்குமா?

சகோதரர்களே,
ஒவ்வொரு இரவும் அவன் பசியோடு படுக்கச் சென்றால்
ஒரு மனிதனுக்கு என்னதான் பெறுமதி?
நான் நலமாய் இருக்கிறேன்
நலமாய் இருக்கிறேன்
என்னிடம் ஒரு தவிட்டுப் பாண் உண்டு
ஒரு சிறு கூடையில் கொஞ்சம் காய்கறிகளும் உண்டு.

4

நாடற்றவர்கள் நாடற்றவர்களை வாழ்த்துவதை
நான் வானொலியில் கேட்டேன்
எல்லாரும் சொன்னார்கள்: நாம் நலமாய் இருக்கிறோம்
ஒருவரும் கவலைப்படவில்லை.

அப்பா எப்படி இருக்கிறார்?
இன்னும் எப்போதும்போல்
அல்லாஹ்வின் பெயரைச் சொல்கிறாரா?
மக்களை, மண்ணை, ஒலிவ மரங்களை நேசிக்கிறாரா?
என் சகோதரர்கள் எப்படி?
அவர்கள் தொழில் செய்கிறார்களா?
அவர்கள் எல்லாரும் ஆசிரியர்கள் ஆவார்கள்
என அப்பா சொல்லக் கேட்டிருக்கிறேன்.
'அவர்களுக்குப் புத்தகம் வாங்குவதற்காக
நான் பட்டினி கிடப்பேன்' என்று
அவர் சொல்லக் கேட்டிருக்கிறேன்
என் கிராமத்தில் ஒருவருக்கும் எழுதத்தெரியாது
என் சகோதரி எப்படியிருக்கிறாள்?
அவள் வளர்ந்துவிட்டாளா?
அவளைப் பெண்கேட்டு வந்தார்களா?
என் பாட்டி எப்படி இருக்கிறாள்?
இன்னும் எங்களுக்காகப் பிரார்த்திக்கிறாளா?
நம் வீடு எப்படி இருக்கிறது?
அதன் வாசற்படி, சூட்டடுப்பு, கதவுகள்?

நாடற்றவர்களுக்காகச் சொல்லும் செய்திகளை
நான் வானொலியில் கேட்டேன்
அவர்கள் எல்லாரும் நலம்

ஆனால் நான் துக்கப்படுகிறேன்
கவலைகள் என்னைத் தின்றுவிட்டன
உன்னைப் பற்றிய செய்தி எதுவும்
வானொலி செல்லவில்லை
துக்கமான செய்திகள்கூட
துக்கமான செய்திகள்கூட

5

தாயே,
இரவு ஒரு பசித்த ஓநாய்.
நாடோடி போகுமிடமெல்லாம் அது அவனைத் தொடர்கிறது
பிசாசுகளுக்காக எல்லைகளைத் திறந்துவிடுகிறது
வில்லோமரக் காடு இன்னும் காற்றைத் தழுவுகிறது
தாயே,
இருமுறை சாவதற்கு நாம் என்ன குற்றம் செய்தோம்?
வாழ்கையில் ஒருமுறை செத்தோம்
சாவில் மறுமுறை செத்தோம்

உனக்குத் தெரியுமா
எது என்னை அழுகையால் நிரப்புகிறது என்று?
நினைத்துப்பார், இரவில் நான் நோயுற்றால்
என் உடம்பு வலியில் துடித்தால்
குடிபெயர்ந்து வந்தவன் தன் தாயகம் திரும்பவில்லை
என்று மாலைப் பொழுது நினைத்துப்பார்க்குமா?
குடிபெயர்ந்து வந்தவன் ஒரு கபன் துணியும் இல்லாது
செத்துப்போனான் என மாலைப்பொழுது நினைத்துப்பார்க்குமா?
வில்லோ மரக் காடே,
இறந்த எல்லாப் பொருளையும்போல்
உன் துக்கித்த நிழலடியில்
அவர்களால் வீசியெறியப்பட்டவன்
ஒரு மனிதன் என்பதை நினைத்துப்பார்ப்பாயா?
நான் ஒரு மனிதன் என்பதை நினைத்துப் பார்ப்பாயா?
காக்கைகளிடம் இருந்து என் பிணத்தைப் பாதுகாப்பாயா?
என் தாயே, தாயே,
இதை நான் யாருக்கு எழுதியிருக்கிறேன்
எந்தத் தபால் இதை அவர்களிடம் கொண்டுசேர்க்கும்
தரை, கடல், வான் எல்லா வழிகளும் அடைக்கப்பட்டுள்ளன

என் தாயே, நீ, என் தந்தை,
என் சகோதரர்கள், உறவினர்கள், நண்பர்கள்
எல்லோரும் சிலவேளை இன்னும் உயிர் வாழலாம்
சிலவேளை நீங்கள் எல்லோரும் இறந்தும் இருக்கலாம்
சிலவேளை என்னைப்போல் உங்களுக்கும் விலாசம்
இல்லாதிருக்கலாம்
ஒரு தாய்நாடு இல்லாத
ஒரு கொடி இல்லாத
ஒரு விலாசம் இல்லாத
ஒரு மனிதனுக்கு என்ன மதிப்பு?
அவனுக்கு என்னதான் மதிப்பு?

●

1964

(இக்கவிதையில் வரும் வானொலிபற்றிய குறிப்புகள் யுத்தகாலத்தில் இஸ்ரேலில் இருக்கும் அராபியர்கள் வெளியே இருப்போருக்கு தகவல்கள் அனுப்புவதற்காக இஸ்ரேல் வானொலி நிகழ்ச்சிகளை ஒலிபரப்பியதைச் சுட்டுகின்றது. கபன் துணி, அடக்கம் செய்வதற்காக பிரேதத்தைச் சுற்றும் வெள்ளைத் துணி.)

கைக்குட்டைகள்

உயிர்த்தியாகிகளின் கல்லறை போன்றது உன் மௌனம்
அது பெருகிச்செல்கிறது,
பரவிச்செல்கிறது.
ஒரு பறவைபோல் உனது கைகள் என் மார்பின்மேல்
எவ்வாறு தங்கியிருந்தன என்பதை
இப்போது நினைத்துப்பார்க்கிறேன்.
அன்பே,
மின்னலின் உழைப்புபற்றி வருந்தாதே
இருள் கவிந்த அடிவானங்களுக்கு அதை விட்டுவிடு
வேறு எண்ணங்களுக்கு உன்னைப் பயிற்று:
குருதி தோய்ந்த முத்தங்கள்பற்றிய எண்ணங்கள்,
வறட்சியான நாட்கள்,
மரணம், எனது மரணம், மற்றும்
எல்லா மரணத் துயரங்களுக்கும் உன்னைப் பயிற்று

நமது பிரியாவிடைக் கைக்குட்டைகள்
பிரேதத்தைச் சுற்றும் கபன் துணிகள்தான்
நெருப்புத் தணலில் காற்று வீசுகையில்
அடர்ந்த பள்ளத்தாக்குகளில் குருதி பாய்கிறது
ஏதோ ஒரு குரலின் அழைப்பின் பேரில்
சிந்துபாத்தின் கப்பற்பாய்களில் வேட்கை விம்மி அழுகிறது

அன்பே, என்னிடம் திரும்பி வா,
நம் பிரிவினால் கைக்குட்டைகள் பெருமூச்சுவிடுகின்றன
அவற்றுக்குப் பிரிவின் பெருமூச்சை அன்றி
வீணையின் இசையைத் திருப்பி அனுப்பு
மகிழ்ச்சியாக நாம் மீண்டும் இணைவோம்
என் புலம்பெயர் வாழ்வில்
என்னுள் வளரும் நம்பிக்கை அதுவே
மீண்டும் மீண்டும் நிகழும் மரணத்துக்காக அழாதே

உன் விழிகளைத் தவிர என்னிடம் வேறு எதுவும் இல்லை
காதல் பாடலின் நினைவுச் சின்னங்களாக
நம் பிரிவின் கைக்குட்டைகளை அணியாதே
அன்பே,
என் தாய் நாட்டின் ஒரு காயத்தை
அவற்றால் மறைத்துக் கட்டு

●

1966

பலஸ்தீனக் காதலன்

உன் கண்கள் என் இதயத்தில் ஒரு முள்
அவை கீறிக் கழிக்கின்றன என்றாலும் இன்புறுத்துகின்றன.
புயலிலிருந்து நான் அதைப் பாதுகாக்கிறேன்
இரவுக்கும் வலிக்கும் ஊடாக நான் அதை ஆழத் துளைக்கிறேன்
அந்தக் காயம் பல்லாயிரம் வெள்ளிகளை ஒளிரச்செய்தது.
என் இருத்தலைவிட இனியதாக
என் நிகழ்காலத்தை எதிர்காலமாக்குகிறது.
நமது கண்கள் சந்திக்கும்போது
முன்பொரு சமயம்
நாம் இரட்டையராய் இருந்தோம் என்பதை மறந்துபோகிறேன்

உனது சொற்கள் எனது பாடலாய் இருந்தன
மீண்டும் நான் பாட முயன்றேன்
ஆனால் ரோசா இதழ்களில்
குளிர்காலம் நிலைகொண்டிருந்தது

சிட்டுக் குருவி பறந்தது
என் கதவுகளும் குளிர்கால முற்றமும்
அதைப் பின்தொடர்ந்தன.
நமது கண்ணாடிகள் உடைந்தன
துயரங்கள் தழுவிக்கொண்டன.
நாம் ஒலியின் உடைந்த துண்டுகளைப் பொறுக்கினோம்
தந்தையர் நாட்டுக்காக
எப்படித் துக்கப்படலாம் என்பதை மட்டுமே நாம் கற்றோம்

ஒரு கித்தாரின் மார்பில்
அதை நாம் நடுவோம்
விம்மி அழும் கூரைகளின் மீதிருந்து
உருக்குலைந்த நிலவுகளுக்கும்

கற்களுக்கும் அதை இசைப்போம்
ஆனால் நான் மறந்துவிட்டேன்
தனிமையில் துயருறும் என் அன்பே
கித்தாரைத் துருப்பிடிக்க வைத்தது எது?
உன் பிரிவா அல்லது என் உடைந்த குரலா?

கடைசியாக உன்னை நான் துறையருகே கண்டேன்
கையில் ஒரு பையுமின்றி
ஒரு தனித்த நெடும் கடற்பயணியாக.
முன்னோரின் ஞானத்தில்
கேள்விக்கு விடைதேடும் அனாதைபோல்
நான் உன்னிடம் ஓடி வந்தேன்
ஒரு பழத்தோட்டம்
துறையடிக்கு எவ்வாறு நாடுகடத்தப்பட முடியும்?
அவ்வாறு கடத்தியும்
அது எவ்வாறு என்றும் பசுமையாய் இருக்கமுடியும்?

நான் எழுதினேன்:
நான் துறையருகே நின்றேன்
காற்று வீசிக்கொண்டிருந்தது
தோடம் பழத்தின் தோல் மட்டுமே எம்மிடம் இருந்தது
எமக்குப் பின்னால் முடிவற்ற மணல்வெளி.

முள்நிறைந்த சிகரங்களின்மேல் நான் உன்னைப் பார்த்தேன்
ஆடுகளற்ற ஒரு ஆட்டு மந்தைக்காரியாய் ஓடிக்கொண்டிருந்தாய்
நீ ஒரு காலத்தில் பசும் கிளையாக இருந்த இடிபாடுகள் மத்தியில்
ஒரு அந்நியனாக
வெளிவாயில்களைத் தட்டிக்கொண்டு நின்றிருந்தேன்.
வெளிவாயில்களும் சன்னல்களும்
சிமந்திக் கற்களும் அதை எதிரொலித்தன.

எல்லையற்ற ஆழ்கிணறுகளில் நான் உன்னைப் பார்த்தேன்
தானியக் களஞ்சியங்களில் உன்னைப் பார்த்தேன்
உன் முகம் உடைந்திருந்தது
இரவு விடுதிகளில் உன்னைப் பார்த்தேன்
நீ பாத்திரம் கழுவிக்கொண்டிருந்தாய்
ஒரு குகைவாயிலில் உன்னைப் பார்த்தேன்
உன் அநாதையின் அழுக்குத் துணிகளைத்
தொங்கவிட்டுக்கொண்டிருந்தாய்
புகைபோக்கிகளில் தெருக்களில்

கால்நடைத் தொழுவங்களில்
சூரியனில் இருந்து ஒழுகும் இரத்தத் துளிகளில்
கடலின் உப்பில் மணல் துகள்களில்
நான் உன்னைப் பார்த்தேன்
எனினும் நீ பூமியைப்போல் அழகாகவே இருந்தாய்.

என் கண் இமைகளிலிருந்து
தேனினும் இனிய சொற்களைக் கொண்டு
உனக்கொரு கைக்குட்டை நெய்வேன்
இது உறுதி.
நீ பலஸ்தீனைச் சேர்ந்தவள்
என்றும் நீ அவ்வாறே இருப்பாய்

கதவுகளைப் பலமாகத் தள்ளி அகலத் திறந்துவைத்தேன்
புயல் நுழைவதற்காக.
வெண்கலம்போல் வானில் ஒளிரும் நிலவைப் பார்த்தேன்
ஒளி செத்துக்கிடந்த பின்புறத் தெருக்களுக்குத் திரும்பி வந்தேன்

கன்னிமைத் தோழியே,
விசுவாசமான கோதுமையே,
நம் பாடல்களால் நாம் காற்றைக் கிழிப்போம்
மலட்டு விதைகளுக்கு கருவளம் கொடுப்போம்
இதயத்தின் அலங்கரித்த ஈச்சைமரமாக நீ என்றும் இருப்பாய்,
புயலுக்குப் பணிந்துபோகாது,
மரம் வெட்டியின் வெட்டுகளைப் பொருட்படுத்தாது
ஓநாய்களின் பற்களுக்கு அப்பால்
நீ நிலைத்திருப்பாய்

உன் கண்களும் நீ குத்திக்கொண்ட பச்சையும் பலஸ்தீன்
உனது பெயர் பலஸ்தீன்
உனது சிந்தனையும் உடைகளும் பலஸ்தீன்
உனது பாதங்களும் வடிவமும் பலஸ்தீன்
உன் சொற்கள் பலஸ்தீன்
உன் குரல் பலஸ்தீன்
உன் வாழ்வும் பலஸ்தீன்
உன் சாவும் பலஸ்தீன்

என் புத்தகங்களில் உன்னை வைத்திருக்கிறேன்
என் பாடல்களின் நெருப்பில் உன்னை வைத்திருக்கிறேன்
உனது பெயரில் எனது ஓலம் எதிரொலிக்கிறது
ஒருமுறை நான் ரோமானியக் குதிரைகளைச் சந்தித்தேன்

ஒருமுறை நான் பெரிய சிலைகளை உடைத்தேன்
குதிரைக் குளம்புகளே கற்களே கவனம்
இடிமுழக்கம் தீக்கல்லில் முத்திரையிட்டுள்ளது
புழுக்கள் என் தசையைப் புசிக்கட்டும்
எறும்புகள் ஒருபோதும் பருந்துகளைப் பிறப்பிக்கா
பாம்புகள் பாம்புகளையே பெற்றெடுக்கும்

●

1966

பலியாள் இலக்கம் 18

முன்பொரு நாளில்
ஒலிவம் தோப்பு பசுமையாய் இருந்தது
வானம் நீலத் தோப்பாய் இருந்தது
என் அன்பே,
அது அவ்வாறுதான் இருந்தது
அன்றைய மாலை
எது அதனை மாற்றி அமைத்தது?

பாதை வளைவில், அவர்கள்
தொழிலாளர்களின் லொறியினை நிறுத்தினர்
அவர்கள் எத்தனை அமைதியாய் இருந்தனர்

அவர்கள் எங்களைக் கிழக்கை நோக்கி
வட்டமாய்த் திருப்பினர்
அவர்கள் எத்தனை அமைதியாய் இருந்தனர்

ஓ என் காதலின் கூடே
முன்பொரு நாளில்
என் இதயம் நீலப் பறவையாய் இருந்தது
என்னிடம் இருந்த
உன் கைக்குட்டைகள் அனைத்தும்
வெண்மையாய் இருந்தன
என் அன்பே,
அவை அவ்வாறுதான் இருந்தன
அன்றைய மாலை
அவற்றை நிறம் மாற்றியது எது?
என் அன்பே
எனக்கு எதுவும் புரியவே இல்லை

பாதை வளைவில் அவர்கள்
தொழிலாளர்களின் லொறியினை நிறுத்தினர்
அவர்கள் எத்தனை அமைதியாய் இருந்தனர்.

அவர்கள் எங்களைக் கிழக்கை நோக்கி
வட்டமாய்த் திருப்பினர்
அவர்கள் எத்தனை அமைதியாய் இருந்தனர்

என்னிடம் இருந்து நீ எல்லாம் பெறுவாய்
நிழலும் உனதே ஒளியும் உனதே
திருமண மோதிரமும் நீ வேண்டிய அனைத்தும்
ஒலிவம் தோட்டமும் அத்தி மரங்களும்
என்னிடம் இருந்து நீ எல்லாம் பெறுவாய்

ஒவ்வொரு இரவும் உன்னிடம் வருவேன்
கனவில் ஜன்னலின் ஊடே வருவேன்
மல்லிகை மலரை உன்னிடம் எறிவேன்
குறை கூறாதே சற்று நான் பிந்தினால்
அவர்கள் என்னை நிறுத்தினர் அன்பே

எப்போதுமே
ஒலிவம் தோப்பு பசுமையாய் இருந்தது
என் அன்பே,
அது அவ்வாறுதான் இருந்தது

50 பலி ஆட்கள்
மாலையில் அதனை
செங்குளம் ஆக்கினர்
50 பலி ஆட்கள்

அன்பே நீ என்னைக் குறை கூறாதே
அவர்கள் என்னைக் கொன்றனர்
என்னை அவர்கள் கொன்றனர்

என்னைக் கொன்றனர் அவர்கள்

●

★ 1956ஆம் ஆண்டு யுத்தத்தின் போது கஃப்ர் காசிம் என்ற இடத்தில் இஸ்ரேல் படையினர் 49 நிராயுதபாணியான கிராம வாசிகளைப் படுகொலை செய்தனர். அப்படுகொலை பற்றி மஹ்மூத் தர்வீஷ் எழுதிய கவிதைகளில் இதுவும் ஒன்று.

பலியாள் இலக்கம் 48

அவனது நெஞ்சில்
ஒரு ரோஜாமலர் விளக்கையும்
ஒரு நிலவையும்
கண்டனர் அவர்கள்

அவன் கொலையுண்டு கற்களின் மீது வீசப்பட்டான்.
அவனது பையில் அவர்கள் கண்டெடுத்தவை
சில நாணயங்கள்
ஒரு நெருப்புப் பெட்டி
ஒரு அடையாள அட்டை
அவனது புயத்தில்
பச்சைகுத்திய தடங்களும் இருந்தன

அவனது தாயோ அவனை இழந்தாள்
ஆண்டு தோறும் அஞ்சலி செய்தாள்
அவனது விழிகளில் முட்செடி முளைத்தது
இருள் மிக அடர்ந்தது.

அவனது தம்பி இளைஞனாகி
வேலை தேடி நகர்ப்புறம் சென்றான்
அவர்கள் அவனை சிறையில் அடைத்தனர்
அடையாள அட்டை அவனிடம் இல்லை
தெருவில் அவனிடம் இருந்ததெல்லாம்
ஒரு குப்பைப் பெட்டியும் வேறு சிலவும்

என் தாய்நாட்டின் குழந்தைகளே,
இவ்வாறுதான் சந்திரன் இறந்தது.
●

முதல் சந்திப்பு

எனது கைகளைப் பலமாய் அழுத்தி
மூன்றே சொற்களை மெல்லென மொழிந்தாள்
அன்று நான் பெற்ற அரும்பொருள் அவையே

'நாளை நாம் சந்திப்போம்'

பின்னர்
பாதை அவளை மறைத்து விட்டது.
இருமுறை முகம் மழித்தேன்
இருமுறை
சப்பாத்துகளைத் துடைத்து மினுக்கினேன்
நண்பனின் ஷூட்டினை அணிந்தேன்
இரண்டு லிறாக்களும் * எடுத்துக் கொண்டேன்
அவளுக்கு இனிப்பும்
பால் கோப்பியும் **
வாங்கிக் கொடுக்க.
காதலர்கள் புன்னகை செய்கையில்
நான் தனிமையில் இருந்தேன்
என்னுள்ளும் ஏதோ சொன்னது
நாமும் கூடப் புன்னகை செய்யலாம்

சிலவேளை அவள் இதோ வந்துகொண்டிருக்கலாம்
சிலவேளை அவள் இதை மறந்தும் இருக்கலாம்
சிலவேளை... சிலவேளை...
இன்னும் இரண்டு நிமிடமே உள்ளது.

நாலரை மணி
அரைமணி நேரம் முடிந்து விட்டது
ஒரு மணி நேரம், இருமணி நேரம்,
நிழல்கள் தாமே நீண்டு செல்கின்றன
வாக்களித்தவள் வரவே இல்லை
நாலரை மணிக்கு.

●

★ லீறா – அரபு நாணயம்
★★ அராபியர்கள் பொதுவாக வெறும் காப்பியே அருந்துவர். பால் கலந்த கோப்பி விசேட பானமாகக் கருதப்படுகிறது.

எதிர்வினை

அன்புள்ள தாய்நாடே,
என் சங்கிலிகள் என்னுள்
பருந்தின் கூர்மையை வளர்க்கின்றன
நம்பிக்கையாளனின் உறுதியை வளர்க்கின்றன
நம் தோலின் பின்னால்
புயல்கள் திரளமுடியும் என்றும்
நீர்த்தாரைகள் மணக்கமுடியும் என்றும்
நான் அறிந்திருக்கவில்லை

அவர்கள் என்னை இருட்டறையுள் அடைத்தனர்
என் இதயம் சூரியக் கதிர்கள்போல் ஒளிர்ந்தது
என் இலக்கத்தை அவர்கள் சுவர்களில் எழுதினர்,
சுவர்கள் பசிய மேய்ச்சல் நிலங்களாயின
என்னைத் தூக்கிலிடுவோனின் முகத்தை அவர்கள் வரைந்தனர்
அந்தமுகம் உடனே ஒளி இழைகளால் கலைந்தது
என் பற்களால் சுவர்களில் உன் நிலப்படத்தைச் செதுக்கினேன்
குறுகிய இரவின் பாடலை எழுதினேன்

இருண்மையின்மீது நான் தோல்வியை வீசினேன்
ஒளிக் கதிர்களில் என் கைகளை வைத்தேன்
அவர்கள் எதையும் வெற்றிகொள்ள வில்லை
எதையுமே வெற்றிகொள்ளவில்லை
நிலநடுக்கங்களை மட்டுமே கிளறிவிட்டனர்

நெற்றிகளின் ஒளிர்வையே அவர்கள் காண்கின்றனர்
சங்கிலிகள் நொறுங்கும் ஓசைகளையே அவர்கள் கேட்கின்றனர்
என் பணியின் சிலுவைமீது நான் இறந்தால்
நான் ஒரு ஞானி
நான் ஒரு போராளி

●

மனிதனைப்பற்றி

அவனது வாயில் துணிகளை அடைத்தனர்
கைகளைப் பிணைத்து
மரணப் பாறையுடன் இறுகக் கட்டினர்
பின்னர் கூறினர்
நீ ஒரு கொலைக்காரன் என்று

அவனது உணவையும் உடைகளையும்
கொடிகளையும் கவர்ந்து சென்றனர்
மரண கூடத்தினுள் அவனை வீசி எறிந்தனர்
பின்னர் கூறினர்
நீ ஒரு திருடன் என்று

அவன் எல்லாத் துறைமுகங்களில் இருந்தும்
துரத்தப்பட்டான்
அவனது அன்புக்குரியவளையும்
அவர்கள் தூக்கிச் சென்றனர்
பின்னர் கூறினர்
நீ ஒரு அகதி என்று

தீப்பொறி கனலும் விழிகளும்
இரத்தம் படிந்த கரங்களும் உடையவனே
இரவு குறுகியது
சிறைச்சாலைகள்
என்றென்றைக்கும் எஞ்சியிரா
சங்கிலிக் கணுக்களும் எஞ்சியிரா
நீரோ இறந்து விட்டான்
ரோம் இன்னும் இறக்கவில்லை
அவள் தன் கண்களாலேயே இன்றும் போரிடுகிறாள்
காய்ந்து போன ஒரு கோதுமைக் கதிரின் விதைகள்
கோடிக்கணக்கில் பசிய கதிர்களால்
சமவெளியை நிரப்பவே செய்யும்.

சீற்றம்

என் இதயத் தாமரைகள்
கறுப்பாகி விட்டன
என் இதழ்களில் இருந்து
சுவாலைகள் பறந்தன.
பசிப் பிசாசுகளே
எந்த வனத்தில் இருந்து
எந்த நரகில் இருந்து இங்கு வந்தீர்கள்?

என் துன்பங்களுக்கு
நான் என்னை அர்ப்பணித்திருக்கிறேன்
தேசப் பிரஷ்டத்துடனும் பசியுடனும்
நான் கை குலுக்கி இருக்கிறேன்
சீற்றம்தான் எனது கை
சீற்றம்தான் எனது வாய்

எனது நரம்பின் குருதி சீற்றத்தின் சாறே
ஆகவே
நான் ஒரு பாடலைப் பாடுவேன் என
நீ எதிர் பாராதே
அடர்ந்த வனங்களில் மலர்கள்
காட்டு மலர்களாகத்தான் மாறுகின்றன

நாட்பட்ட எனது புண்ணுக்கோர் ஆறுதலாக
எனது களைத்த வார்த்தையைத் தருகிறேன்
இதுவே என் வருத்தம்
மண்ணுக்கோர் பெரும் உதை
மேகங்களுக்குப் பிறிதொன்று
இது போதும்
இப்போது நான் சீற்றமாய் இருப்பதால்
ஆனால், நாளை புரட்சி வரும்

மனிதருக்குரிய பாடல்

துயரங்களின் தோழர்களே
தளையுண்ட நண்பர்களே
வாருங்கள்
என்றென்றும் தோல்வியுறா
அணிவகுத்துச் செல்வோம்
நாம் எதையும் இழக்கோம்
நமது சவப்பெட்டிகளைத் தவிர

விண்ணகம் நோக்கி நாம் பாடல் இசைக்கலாம்
நம்பிக்கைகளை நாங்கள் அனுப்பலாம்
தொழிற்சாலைகளிலும்
கல்லுடைக்கும் இடங்களிலும்
வயல் வெளிகளிலும் நாங்கள் பாடலாம்
மறைவிடங்களை விட்டும் நீங்கலாம்
சூரியனைப் பார்க்கலாம்.

'அவர்கள் அரபிகள், காட்டு மிராண்டிகள்'
நமது எதிரிகள் முணுமுணுப்பார்கள்

ஆம்! நாங்கள் அரபிகள்
நாங்கள் அறிவோம்
தொழிற் சாலைகளும் வீடுகளும்
மருத்துவ மனைகளும் பாடசாலைகளும்
எப்படிக் கட்டுவது என்பதை அறிவோம்
குண்டுகளும் ஏவுகணைகளும்
எப்படிச் செய்வது என்பதை அறிவோம்
இசையும் அழகிய கவிதையும் கூட
நாங்கள் இயற்றுவோம்.
●

விருப்பங்கள்

அல்ஜியர்சில் நான் ஒரு ரொட்டி விற்போனாய் இருந்திருந்தால்
நான் ஒரு கிளர்ச்சிக்காரனுடன் இணைந்து பாடியிருப்பேன்
என்று என்னிடம் சொல்லாதே

யெமெனில் நான் ஒரு மேய்ப்பனாக இருந்திருந்தால்
காலத்தின் நடுக்கங்களுடன் இணைந்து பாடியிருப்பேன்
என்று என்னிடம் சொல்லாதே

ஹவானாவில் நான் ஒரு ஹோட்டல் பரிசாரகனாக இருந்திருந்தால்
துன்புறும் பெண்களின் வெற்றிக்காக நான் பாடியிருப்பேன்
என்று என்னிடம் சொல்லாதே

அஸ்வானில் நான் ஒரு இளம் தொழிலாளியாக இருந்திருந்தால்
பாறைகளுக்கு நான் பாடியிருப்பேன்
என்று என்னிடம் சொல்லாதே

நண்பனே,
நைல் நதி வொல்காவுக்குள் சங்கமமாகாது
கொங்கோவோ அல்லது ஜோர்தன் நதியோ
யூபிரடீசில் சங்கமமாகாது
ஒவ்வொரு நதிக்கும் அதன் மூலம் உண்டு
அதன் பாதை உண்டு, அதன் வாழ்வு உண்டு
ஒவ்வொரு நிலத்துக்கும்
பிறப்பதற்கான அதன் காலம் உண்டு
ஒவ்வொரு உதயமும் ஒரு கிளர்ச்சிக்காரனுடன்
நாள் குறித்துள்ளது!

●

எதிர்ப்பு

நீ என்னைச் சுற்றிக் கட்டலாம்
வாசிப்பதற்கும் புகைப்பதற்கும்
நீ தடை விதிக்கலாம்
எனது வாயில் நீ மண் இட்டு நிரப்பலாம்
ஆயினும் என்ன?

கவிதை
என் துடிக்கும் இதயத்தின் குருதி
என் ரொட்டியின் உப்பு
கண்ணின் திரவம்
நகங்களால்
கண் இமைகளால்
கத்தி முனையால்
நான் அதை எழுதுவேன்.
சிறைச்சாலையில்
குளியலறையில்
குதிரை லாயத்தில்
நான் அதைப் பாடுவேன்.

சவுக்கடியிலும்
சங்கிலிப் பிணைப்பிலும்
கைவிலங்கின் வேதனை இடையிலும்
நான் அதைப் பாடுவேன்.

போரிடும் எனது பாடலைப்பாட
என்னுள் ஓர் கோடி
வானம்பாடிகள் உள்ளன.
●

நான் பிரகடனம் செய்கிறேன்

எனது நாட்டில் ஒரு சாண் நிலம்
எஞ்சி இருக்கும்வரை
என்னிடம் ஒரு ஒலிவமரம்
எஞ்சி இருக்கும்வரை
ஒரு எலுமிச்சை மரம்
ஒரு கிணறு
ஒரு சப்பாத்திக் கள்ளி
எஞ்சி இருக்கும்வரை
ஒரு சிறு நினைவு
ஒரு சிறு நூலகம்
ஒரு பாட்டனின் புகைப்படம்
ஒரு சுவர்
எஞ்சி இருக்கும்வரை

அரபுச் சொற்கள் உச்சரிக்கப்படும்வரை
நாட்டுப் பாடல்கள் பாடப்படும்வரை
கவிஞர்கள்
அந்தர் அல்-அப்ஸ் கதைகள்
பாரசீகத்துக்கும் ரோமுக்கும் எதிரான
யுத்த காவியங்கள்
எனது நாட்டில் இருக்கும்வரை

எனது கண்கள் இருக்கும்வரை
எனது உதடுகள் எனது கைகள்
எனது தன்னுணர்வு இருக்கும்வரை
விடுதலைக்கான பயங்கரப் போரை
எதிரியின் எதிரில் நான் பிரகடனம் செய்வேன்.

சுதந்திரமான மனிதர்கள் பெயரால்
தொழிலாளர்கள் மாணவர்கள் கவிஞர்கள் பெயரால்
நான் பிரகடனம் செய்வேன்

கோழைகள் சூரியனின் எதிரிகள்
அவமான ரொட்டியினால் ஊதிப் புடைக்கட்டும்
நான் வாழும்வரை எனது சொற்களும் வாழும்
சுதந்திரப் போராளிகளின் கைகளில்
ரொட்டியாயும் ஆயுதமாயும்
என்றும் இருக்கும்.

•

இரங்கற்பா

சென்று திரும்பா என் நண்பனின் கதையை
எமது மண்ணிலே
துயருடன் அவர்கள் கூறுகின்றனர்.

அவனது பெயர்...?

அவனது பெயரைக் குறிப்பிட வேண்டாம்
எம் இதயங்களில் அச்சொல்
புனிதமாய் இருக்கட்டும்.
சாம்பலைப் போல் காற்று அதனையும்
அள்ளிச் செல்ல விடவேண்டாம்

சுகப்படுத்த முடியாத ஒரு காயமாக
அவனை எங்கள் இதயத்தில் இருத்துவோம்.
அன்புள்ளோரே
அநாதைகளே
நான் விசாரப்படுகிறேன்
அநேக பெயர்களுள்
அவனது பெயரை மறந்து விடுவோம்
என்று அஞ்சுகிறேன்
அவனை மறக்க நான் அஞ்சுகிறேன்
மாரி மழையிலும் புயலிலும்
எம் இதயக் காயங்கள் உறங்குதல் கூடும்
என நான் அஞ்சுகிறேன்.

அவனது வயது...?

மழையை நினைவு கூரா ஓர் அரும்பு அவன்
நிலவொளியில் காதல் பாட்டுப் பாடியதில்லை அவன்
காதலிக்காகக் காத்திருந்து
கடிகாரத்தை நிறுத்தியதில்லை அவன்
அவனது கரங்கள் சுவரருகே யாரையும் தழுவியதில்லை

ஓர் உந்தும் வேட்கையை
அவன் விழிகள் என்றும் தொடர்ந்ததில்லை
அவன் ஒரு பெண்ணை முத்தமிட்டதேயில்லை
ஒருத்தியுடனும் சல்லாபித்ததுமில்லை
அவனது வாழ்வில் இருமுறை மட்டுமே
ஒரு பெண்ணைப் பார்த்து ஆ! என வியந்தான்
ஆனால் அவளோ அவனைப் பொருட்படுத்தியதில்லை
அவனோ முதிரா இளைஞன்
அவளை அடையும் வழியை அவன் இழந்தான்
நம்பிக்கையையும் அதுபோல இழந்தான்.

எங்கள் மண்ணிலே
அவனது கதையைக் கூறுகின்றனர்
அவன் ஓடி மறைந்த போது
அவனது தாயிடம் விடைபெற வில்லை
நண்பர்களைச் சந்திக்க வில்லை

அச்சத்தைத் தணிக்கும் செய்தி எதனையும்
விட்டுச் செல்லவில்லை
வழிபார்த்திருக்கும் அவனது தாயின்
நீண்ட இரவுக்கு விளக்கேற்றும்
ஓர் சொல்லைத்தானும் அவன் கூறிச் செல்லவில்லை
அவனது தாயோ ஆகாயத் தோடும்
அவனது தலையணை அவனது பெட்டி
– என்பவற்றோடுமே பேசுகின்றாள்

அவள் தன் துயர்நிலையில் அரற்றுவாள்:
இரவே
நட்சத்திரங்களே
கடவுளே
முகில்களே
பறந்து செல்லும் என் பறவையைக் கண்டீர்களா?
சுடரும் இரு தாரகை அவனது கண்கள்
இரண்டு பூக் கூடைகள் அவனது கரங்கள்
அவனது மார்பு
நிலவுக்கும் நட்சத்திரங்களுக்கும்
தலையணை யாகும்
காற்றும் மலரும் ஆடும் ஊஞ்சல் அவனது கேசம்
பிரயாணத்துக்கு இன்னும் தகுதி பெறாத

பிரயாணியைக் கண்டீர்களா?
உணவு எடுத்துக்கொள்ளாது அவன் சென்று விட்டான்
பசி வரும் போது அவனுக்கு யார் உணவளிப்பார்?
அந்நியனான அவனுக்கு வீதி அனர்த்தங்களில்
யார் அனுதாபம் காட்டுவார்?
என் மகன்
என் மகன்

இரவே தாரகைகளே தெருக்களே முகில்களே
அவளுக்குச் சொல்லுங்கள்:
எம்மிடம் விடையில்லை
கண்ணீரை சோகத்தை கஷ்டங்களை விட
பெரியது காயம்
உண்மையை நீ தாங்கமாட்டாய்
ஏனெனில்
உனது மகன் இறந்து விட்டான்
தாயே கண்ணீரை முடித்து விடாதே
கண்ணீருக்குத் தேவை இருப்பதால்
ஒவ்வொரு மாலை நேரத்துக்கும்
அதில் கொஞ்சம் வைத்திரு

மரணத்தினால் பாதைகள் நெரிசலடையும் போது
உன் மகன் போன்ற பிரயாணிகளால்
அவை மறிக்கப்படுகின்றன
நீ உன் கண்ணீரைத் துடைத்து
முன்னர் இறந்த அன்புக்குரிய அகதிகளின்
நினைவுச் சின்னங்களாக
எமது கண்ணீரில் சிறிதை எடுத்துக்கொள்வாய்.

உனது கண்ணீரை முடித்து விடாதே
பாத்திரத்தில் சிறிது கண்ணீரை வைத்திரு
சிலவேளை
நாளை அவனது தகப்பனுக்காக
அல்லது அவனது சகோதரனுக்காக
அல்லது அவனது நண்பன் எனக்காக
நாளைக்கு எங்களுக்காக
இரு துளிக் கண்ணீரை வைத்திரு
எனது நண்பனைப் பற்றி
எமது மண்ணிலே அதிகம் பேசுகின்றனர்

எப்படி அவன் சென்றான்?
எப்படி அவன் திரும்பவே இல்லை?
எப்படி அவன் தன் இளமையை இழந்தான்?

துப்பாக்கி வேட்டுகள்
அவன் மார்பையும் முகத்தையும் நொறுக்கின
தயவு செய்து மேலும் விபரணம் வேண்டாம்
நான் அவனது காயங்களைப் பார்த்தேன்
அதன் பரிமாணங்களைப் பார்த்தேன்
நான் நமது ஏனைய குழந்தைகள் பற்றி எண்ணுகிறேன்
குழந்தையை இடுப்பில் ஏந்திய
ஒவ்வொரு தாயையும் பற்றி எண்ணுகிறேன்.

அன்புள்ள நண்பனே
அவன் எப்போது வருவான் என்று கேட்காதே
மக்கள் எப்போது கிளர்ந்தெழுவார்கள்
என்று மட்டும் கேள்.

●

தூரத்து நகரில் ஒரு அந்நியன்

நான் இளைஞனாயும்
அழகனாயும் இருந்த போது
ரோஜா என் இல்லமாய் இருந்தது
அருவிகள் என் கடல்களாய் இருந்தன

பின்னரோ,
ரோஜா ஒரு காயமாய் மாறிற்று
அருவிகள் தாகமாயின

நீ அதிகம் மாறிவிட்டாயா?
இல்லை, அதிகம் இல்லை
காற்றைப் போல
எங்கள் வீட்டுக்கு
நாங்கள் திரும்பிவரும்போது
எனது நெற்றியை உற்றுப்பார்

ரோஜா ஒரு ஈச்சை மரமாக
இருப்பதைக் காண்பாய்
அருவிகள் வியர்வையாய்
இருப்பதையும் காண்பாய்
நான் முன்பு இருந்ததைப் போலவே
இளைஞனாயும் அழகனாயும்
என்னைக் காண்பாய்
●

சிறை

எனது வீட்டு விலாசம் மாறிவிட்டது
நான் சாப்பிடும் நேரமும் மாறிவிட்டது
எனது புகையிலையின் அளவும்
எனது ஆடையின் நிறமும்
எனது முகமும்
எனது தோற்றமும் கூட மாறிவிட்டன.

இங்கு என்பிரிய
சந்திரன் கூட மாறிவிட்டது
மிகப் பெரிதாக, மிக அழகாக
பூமியின் மணமும் மாறிவிட்டது
அத்தர் போல.
இயற்கையின் சுவையும் மாறிவிட்டது
இனிமையாக.

எனது பழைய வீட்டின்
கூரையின் மீது நான் இருப்பது போலவே
இருப்பினும் கூட
ஓர் புதிய தாரகை
என் கண்களின்மீது இறுகியுள்ளது.

●

நம்பிக்கை

உனது பாத்திரத்தில்
இன்னமும் சிறிது தேன் எஞ்சி உள்ளது.
ஈக்களைத் துரத்து
தேனைப் பாதுகாத்திடு.

இன்னமும் கூட
உனது வீட்டுக்கோர் கதவுண்டு
இன்னமும் கூட
உனது வீட்டிலோர் பாய் உண்டு
கதவை மூடு
குளிர் காற்றில் இருந்தும் உன்
குழந்தைகளைக் காப்பாற்று.

மிகமிக மோசம் இக்குளிர் காற்று
குழந்தைகள் நன்கு தூங்குதல் வேண்டும்

நெருப்பெரிக்கச் சிறிது விறகு
கொஞ்சம் கோப்பி
நெருப்புச் சுவாலை
இன்னமும் கூட உன்னிடம் உண்டு.

கடவுச்சீட்டு

நிறம் மங்கிப்போன
இந்தக் கடவுச்சீட்டில்
அவர்கள் என்னை அடையாளம் காணவில்லை
புகைப்படங்களைச் சேகரிக்கும் உல்லாசப் பயணிக்காக
என் காயத்தை அவர்கள் காட்சிப்பொருளாக்கினர்

அவர்கள் என்னை அடையாளம் காணவில்லை
சூரியன் என் உள்ளங்கையில் படுவதைத் தடுக்காதீர்
அதன் ஒளியில்
மரங்கள் என்னை அடையாளம் காண்கின்றன
மழைப்பாடல்கள் எல்லாம் என்னை அடையாளம் காண்கின்றன
சந்திரன்போல் என்னை வெளிறவிடாதீர்

தூரத்து விமானநிலைய வாயிலுக்கு
என்னைத்தொடர்ந்த எல்லாப் பறவைகளும்
எல்லாக் கோதுமை வயல்களும்
எல்லாச் சிறைச்சாலைகளும்
எல்லாக் கல்லறைக் கற்களும்
எல்லா முட்கம்பி வேலிகளும்
அசையும் எல்லாக் கைக்குட்டைகளும்
எல்லாக் கண்களும்
என்னுடன் இருந்தன
ஆனால் என் கடவுச் சீட்டில்
அவர்கள் அவற்றைச் சேர்க்கவில்லை

என் சொந்தக் கைகளால் நான் தழுவிக்கொண்ட மண்ணில்
என் பெயரையும் அடையாளத்தையும் அழிக்கவா?
இன்று யோபு
வானம் அதிர அலறினார்:
மீண்டும் என்னைச் சோதிக்காதீர்
ஓ, சீமான்களே, தீர்க்கதரிசிகளே

மரங்களிடம் அவற்றின் பெயர்களைக் கேளாதீர்
சமவெளிகளிடம் அவற்றின் தாய் யார் என்று கேளாதீர்
என் நெற்றியிலிருந்து ஒளியின் வாள் வெடித்தெழுகிறது
என்கையிலிருந்து ஆற்று நீர் ஊற்றெடுக்கிறது
மக்களின் இதயங்களெல்லாம் என் அடையாளம்
ஆகவே ஏன் எனக்கொரு கடவுச் சீட்டு?

●

1969

(யோபு: வேதாகமத்தில் இடம்பெறும் கர்த்தருக்காக எல்லாக் கஷ்டங்களையும் சகித்துக்கொள்ளும் ஒரு தீர்க்கதரிசி. இஸ்லாமிய மரபில் - ஐயூப்)

என் தாய்க்கு

என் தாயின் ரொட்டிக்காக
என் தாயின் கோப்பிக்காக
என் தாயின் அணைப்புக்காக
நான் ஏங்குகிறேன்
என் குழந்தைப் பருவம் என்னுள் வளர்கிறது
என் வாழ்வை நான் நேசிக்கிறேன்
ஏனெனில் நான் இறந்தால்
என் தாயின் கண்ணீருக்காக நான் வெட்கப்படுவேன்

ஒரு நாள் நான் திரும்பிவந்தால்
உன் கண் இமைகளுக்கு ஒரு திரையாக
என்னை எடுத்துக்கொள்.
என் எலும்புகளைப் புற்களால் மூடு
உன் பாதத்தின் தூய்மையால் என்னை ஆசீர்வதி.
உன் கூந்தல் முடிச்சால்,
உன் முந்தானையில் இழையோடும் நூலால்
என் கட்டுகளை இறுக்கு.
உன் இதயத்தின் ஆழத்தை என்னால் தொடமுடிந்தால்
நான் ஒரு கடவுளாகலாம்.

நான் திரும்பிவந்தால்
உன் சமையல் அடுப்பில் என்னை
எண்ணெயாக ஊற்று
உன் மொட்டை மாடியில் ஒரு துணிக்கொடியாகக் கட்டு
உன் அன்றாடப் பிரார்த்தனை இல்லாமல்
நான் மனத்துணிவை இழந்திருப்பேன்
நான் சிதைந்தவனாய் வளர்ந்திருக்கிறேன்
குழந்தைப் பருவத்து நட்சத்திரங்களை
எனக்குத் திருப்பித்தா
உன் காத்திருப்புக் கூட்டுக்குத் திரம்பிவரும் வழியில்
இளம் பறவைகளுடன் நானும் இணைந்துகொள்வேன்
●

அலைந்துகொண்டிருக்கும் கித்தார் இசைஞன்

முன்பு அவன் ஒரு ஓவியன்
ஆனால் ஓவியங்களோ
சாதாரணமாக
கதவுகள் எதையும் திறப்பதில்லை
அவற்றை உடைத்து நொறுக்குவதும் இல்லை
சந்திரனின் முகத்தைவிட்டுத்
திமிங்கலத்தைத் துரத்திவிடுவதும் இல்லை*

(ஓ என் நண்பனே, ஓ கித்தாரே
தூரத்துச் சன்னல்களுக்கு
என்னைக் கொண்டுசெல்)

முன்பு அவன் ஒரு கவிஞன்
ஆனால் கவிதையோ,
கப்பலின் தளத்தில் இருந்து
அவன் ஜஃபாவைப் பார்த்தபோது**
நினைவில் கசங்கி மடங்கியது

(ஓ என் நண்பனே, ஓ கித்தாரே
தேன் நிறக் கண்களிடம்
என்னைக் கொண்டுசெல்)

முன்பு அவன் ஒரு படைவீரன்
ஆனால், ஒரு எறிகுண்டுத் துணுக்கு
அவனது முழங்காலை நொறுக்கி விட்டது
அவனுக்கு அவர்கள் பரிசொன்றை அளித்தனர்
பதவி உயர்ச்சியும், ஒரு மரக்காலும்

(ஓ என் நண்பனே, ஓ கித்தாரே
தூங்கும் நாடுகளுக்கு
என்னைக் கொண்டுசெல்)

இனி வரும் இரவுகளில் கித்தார் இசைஞன் வருவான்
படைவீரர்களிடம் மக்கள்
ஆட்டோகிராஃப் வாங்கிக் கொண்டிருக்கும்போது
நாம் பார்த்திராத ஓர் இடத்தில் இருந்து
கித்தார் இசைஞன் வருவான்
மக்கள் சாட்சிகளின் பிறந்த நாளைக்
கொண்டாடிக் கொண்டிருக்கும்போது
கித்தார் இசைஞன் வருவான்
நிர்வாணமாக அல்லது உள்ளாடைகளுடன்

கித்தார் இசைஞன் வருவான்
நான் பெரிதும் அவனைப் பார்க்கிறேன்
அவனது வாத்திய நரம்புகளின்
இரத்த வாடையைப் பெரிதும் முகர்கிறேன்
நான் பெரிதும் பார்க்கிறேன்
அவன் ஒவ்வொரு தெருவிலும்
நடந்து கொண்டிருப்பதை
நான் பெரிதும் கேட்கிறேன்
அவன் ஒரு புயல்போல ஓலமிடுவதை

நன்றாகப் பார்
அது ஒரு மரக்கால்
கவனி
அதுதான் மனித மாமிசத்தின் இசை.

●

★ சந்திர கிரகணத்தின் போது சந்திரனை திமிங்கிலம் சாப்பிடுகிறது என்பது ஐதீகம்
★★ கப்பலின் தளத்தில் இருந்து அவன் ஜஃபாவைப் பார்த்த போது என்ற தொடர் இரண்டாம் உலக யுத்தத்தின் பிறகு கடல் மூலமாக யூதர்கள் பலஸ்தீனத்திற்குள் கொண்டுவரப்பட்டதைக் குறிக்கிறது.

தாய்நாடு

ஈச்சைமரத்தின் பாளைகளில் என்னைத் தொங்கவிடு
என்னைத் தூக்கிலிடு,
நான் ஈச்சையை வஞ்சிக்கமாட்டேன்

இந்த நாடு எனது.
நீண்ட காலத்துக்கு முன்பு நல்ல, கெட்ட மனநிலைகளில்
நான் ஒட்டகங்களில் பால்கறந்திருக்கிறேன்

என் தாய்நாடு வீரப்பழங்கதைகளின் ஒரு பொதியல்ல
அது ஒரு நினைவோ, இளம்பிறைகளின் ஒரு வயலோ அல்ல

எனது தாய் நாடு ஒரு கதையோ அல்லது ஒரு கீதமோ அல்ல
ஏதோ மல்லிகைச் செடியின் கிளைகளில் விழும் வெளிச்சமும் அல்ல

என் தாய்நாடு நாடுகடத்தப்பட்டவனின் கோபம்
முத்தமும் அரவணைப்பும் வேண்டும் ஒரு குழந்தை

ஒரு சிறைக்கூடத்தில் அடைக்கப்பட்ட காற்று
தன் மகன்களுக்கும் தன் வயலுக்குமாகத்
துக்கம் அனுஷ்டிக்கும் ஒரு கிழவன்

இந்த நாடு என் எலும்புகளைப் போர்த்தியிருக்கும் தோல்
என் இதயம் ஒரு தேனீபோல் அதன் புற்களுக்குமேலால் பறக்கிறது

ஈச்சைமரத்தின் பாளைகளில் என்னைத் தொங்கவிடு
என்னைத் தூக்கிலிடு
நான் ஈச்சையை வஞ்சிக்கமாட்டேன்

●

மன்னிப்பு

ஒரு சிறுபராயத் திருமணத்தைக் கனவு கண்டேன்
அகன்ற இரு விழிகளைக் கனவுகண்டேன்
பின்னிய கூந்தலுடன் ஒரு பெண்ணைக் கனவுகண்டேன்
சில வெள்ளி நாணயங்களுக்காக விற்கப்படாத
ஒரு ஒலிவ மரத்தைக் கனவு கண்டேன்
உன் வரலாற்றின் வலிமையான சுவர்களைக் கனவுகண்டேன்
நீண்ட இரவுகளின் துன்பத்தை எரிக்கும்
வாதுமை மணத்தைக் கனவுகண்டேன்
என் குடும்பத்தைக் கனவுகண்டேன்
என்னை அணைக்கும் என் சகோதரியின் கையை,
ஒரு வீரனின் இடுப்புப் பட்டியை,
ஒரு கோடைகால இரவை,
ஒரு கூடை அத்திப் பழங்களை
கனவுகண்டேன்
நான் அவ்வளவு அதிகம் கனவுகண்டேன்
அவ்வளவு அதிகம் என்றால்
என்னை மன்னித்துவிடு.

ஒலிவ மரச் சோலையிலிருந்து ஒரு குரல்

நெருப்பில் கிடந்த நான்
சிலுவையில் அறையப்பட்ட போது
ஒலிவ மரச் சோலையில் இருந்து
எதிரொலி கேட்டது.

நான் காகங்களுக்குச் சொன்னேன்
என்னைத் துண்டுகளாய்க் கிழிக்காதீர்
ஏனெனில் நான் வீடு திரும்பக்கூடும்
வானம் மழைபொழியக்கூடும்
இந்த கொடூரமான காட்டை
அது அழித்துவிடக்கூடும்.

என் சிலுவையில் இருந்து
ஒரு நாள் நான் இறங்கி வருவேன்
யாருக்குத் தெரியும்
நான் எப்படித் திரும்பி வருவேன் என்று?
வெறுங் காலுடனா?
நிர்வாணமாகவா?

கலிலீயில் பறவைகள் மடிகின்றன

சற்றுநேரம் நாம் சந்திப்போம்
ஒரு வருடத்துக்குப் பிறகு
இரண்டு வருடங்களுக்குப் பிறகு
ஒரு தலைமுறைக்குப் பிறகு...

இருபது தோட்டங்களையும்
கலிலீப் பறவைகளையும்
அவள் கமறாவுக்குள் வீசினாள்,
உண்மை என்பதற்குரிய புதிய அர்த்தத்தை
கடலுக் கப்பாலும் தொடர்ந்து தேடினாள்
என் தாய்நாடு துணி காயப்போடும் ஒரு கொடி
ஒவ்வொரு நிமிடமும் குருதிக் கைக்குட்டைகள்
அதிலிருந்து விழுகின்றன
மணலையும் ஈச்சை மரங்களையும்போல
நான் கடற்கரையில் படுத்துக் கிடக்கிறேன்

அவளுக்குத் தெரியாது...
ஓ, றீற்றா,
மரணமும் நானும் சுங்க வாயிலில் மகிழ்ச்சியின் ரகசியத்தை
உனக்கு வழங்கினோம்
பின் நாங்கள் – மரணமும் நானும் – புத்துயிர்ப்படைத்தோம்
முதலில் உன் முன்னும், உன் வீட்டுச் சன்னலிலும்.
மரணமும் நானும் இரண்டு முகங்கள் –
என் முகத்திலிருந்து ஏன் நீ இப்போது தப்பிச் செல்கிறாய்?
ஏன் தப்பிச் செல்கிறாய்?
எது கோதுமையைப் பூமியின் கண் இமைகளாக்குகின்றதோ
அதிலிருந்து,
எது எரிமலையை மல்லிகையின் பிறிதொரு முகமாக்குகின்றதோ
அதிலிருந்து
நீ ஏன் இப்போது தப்பிச் செல்கிறாய்?

அவளது மரணத்தைத் தவிர வேறெதுவும்
இரவில் என்னைக் களைப்படையச் செய்யாது
அவளது மௌனம் ஒரு தெருவைப் போல,
ஒரு பழைய விடுதியைப் போல
கதவின் முன் படுத்துக்கிடக்கிறது
நீ வேண்டுவது அதுவாகவே இருக்கட்டும்,
றீற்றா: கோடரியின் மௌனம்
அல்லது நட்சத்திரங்களுக்கான படச்சட்டங்கள்
அல்லது மரத்தின் பிரசவ வேதனைக்கான ஒரு காலநிலை
கத்தி விழிம்புகளிலிருந்து நான் முத்தங்களை உறிஞ்சுகிறேன்
வா, படுகொலையில் இணைவோம்!

தேவையற்ற சருகுகள் போல
காலக் கிணறுகளில்
பறவைகள் விழுகின்றன
நான் அவற்றின் நீலச் சிறகுகளைப் பொறுக்குகிறேன்
றீற்றா,
வளரும் புதைகுழியின் முகப்புக்கல் நான்தான்
றீற்றா,
என்னுடைய தோலில்தான் கைவிலங்குகள்
தாயகத்தின் படத்தைச் செதுக்குகின்றன.

●

(றீற்றா – இஸ்ரேலில் பரவலாக வழங்கும் பெண்களுக்குரிய இயற் பெயர். குறிப்பாக யாரையும் சுட்டவில்லை.)

ஜஃபாவுக்குத் திரும்புதல்
(அபூ அலி அய்யாத் நினைவாக)

இப்போது அவன் நம்மைவிட்டுச் செல்கிறான்
ஜஃபாவில் குடியமர்கிறான்
அதன் ஒவ்வொரு கல்லும் அவனுக்குத் தெரியும்
எதுவும் அவனைப்போல் இல்லை
பாடல்கள் அவனைப் பிரதிசெய்கின்றன
அவனது பசுமையான சந்திப்பிடத்தைப் பிரதிசெய்கின்றன

இப்போது அவன் தன் வடிவத்தை அறிவிக்கிறான்-
பைன் மரங்கள் தூக்குமேடையில் வளர்கின்றன
இப்போது அவன் தன் வரலாற்றை அறிவிக்கிறான் -
ஒரு லில்லி மரத்தில் நெருப்புப் பற்றுகிறது
அவன் ஜஃபாவில் குடியமர்கிறான்

நாம் அவனிடமிருந்து தொலைவில் இருக்கிறோம்
ஒரு விமான நிலையத்தில் கைவிடப்பட்ட
உடுப்புப் பெட்டிதான் ஜஃபா
நாம் அவனிடமிருந்து தொலைவில் இருக்கிறோம்
நமது படங்கள் பெண்களின் பைகளில் இருக்கின்றன
பத்திரிகைகளின் பக்கங்களிலும் இருக்கின்றன
ஒரு கற்றைக் காற்றையும்
ஒரு நெருப்பு முத்தத்தையும் வெல்வதற்காக
நாம் ஒவ்வொரு நாளும் நம் கதையை அறிவிக்கிறோம்

நாம் அவனிடமிருந்து தொலைவில் இருக்கிறோம்
அவனைத் தன் மரணத்திடம் செல்லுமாறு கேட்கிறோம்
அவனைப்பற்றிய ஒரு அழகிய அறிக்கையை,
சில நவீன கவிதைகளை எழுதுகிறோம்,
பின் நம் துன்பத்தை நடைபாதைத் தேனீர்க்கடைகளில்
வீசி எறிவதற்காகச் செல்கிறோம்.
நாம் எதிர்ப்புக் குரலும் எழுப்புகிறோம்:
நகரத்தில் எமக்கு வீடு இல்லை.

நாம் அவனிடமிருந்து தொலைவில் இருக்கிறோம்
அவனைக் கொலைசெய்தவனை
அவனது மரணச் சடங்கில் தழுவிக்கொள்கிறோம்
அவனது காயத்திலிருந்து பஞ்சைத் திருடுகிறோம்
பொறுமையின், காத்திருப்பின் பதக்கங்களைத் திருடுகிறோம்

ஒரு மழைபெய்யும் இரவிலிருந்து பூமி எழுவதுபோல
இப்போது அவன் நம்மிலிருந்து எழுகிறான்
அவனிலிருந்து குருதி பெருகுகிறது
நம்மிலிருந்து மை பெருகுகிறது
நாம் அவனுக்கு என்ன சொல்வது?
மாலைப் பொழுது நசறெத்திலிருந்து தூரத்திலிருக்கும்போது
நினைவு ஒரு குத்துவாளில் விழுமா?
இப்பொழுது அவன் அதனிடம் செல்கிறான்
வெடிகுண்டுகளாக அல்லது ஒரு தோடம்பழமாக.
குற்றங்களுக்கிடையே உள்ள
நீதிகளுக்கிடையே உள்ள எல்லை
அவை உரிமைகளாகும்போது
அவனுக்குத் தெரியாது.

அவன் எதையும் உறுதிப்படுத்தவும் இல்லை
நிராகரிக்கவும் இல்லை
அவன் நம்மைவிட்டு மேலே செல்கிறான்
அதனால் சிலவேளை நாம் எதிர்க்கலாம்
சிலவேளை ஏற்றுக்கொள்ளலாம்
இப்பேது நம்மை அகதிகளாக விட்டு
ஒரு உயிர்த்தியாகியாக அவன் கடந்துசெல்கிறான்

அவன் தூங்கினான்
கூடாரங்களில் தஞ்சம்புகவில்லை
துறைமுகங்களில் தஞ்சம் புகவில்லை
பேசவில்லை, கற்கவில்லை
அகதியாய் இருக்கவில்லை
பூமிதான் அவனது காயங்களில் அகதியாய் இருந்தது
அவன் அதை மீண்டும் கொண்டுவந்திருக்கிறான்
எமது தந்தை சுவர்க்கத்திலிருக்கிறார் என்று சொல்லாதே
நம்மிடமிருந்து நிலத்தை எடுத்திருந்த நமது சகோதரன்
அதைத் திருப்பிக்கொண்டுவந்திருக்கிறான் என்று சொல்
இப்போது அவன் கொல்லப்பட்டிருக்கிறான்

இப்போது அவன் ஜஃபாவில் குடியமர்கிறான்
அதன் ஒவ்வொரு கல்லும் அவனுக்குத் தெரியும்
எதுவும் அவனைப்போல் இல்லை
பாடல்கள் அவனைப் பிரதிசெய்கின்றன
அவனது பசுமையான சந்திப்பிடத்தைப் பிரதிசெய்கின்றன

ஆகவே, அகதிகளின் கரங்கள் இப்போது உயர்த்தப்படலாம்
காற்றைப்போல, காற்றைப்போல.
ஆகவே அவர்களின் பெயர்கள் இப்போது பரப்பப்படலாம்
காயங்கள்போல, காயங்கள்போல.
ஆகவே அவர்கள் உடல்கள் இப்போது வெடிக்கலாம்
விடிகாலைபோல விடிகாலைபோல.
ஆகவே, பூமி தன் விலாசத்தைக் கண்டுபிடிக்கலாம்
நாம் பூமியை நம்முள் கண்டுபிடிக்கலாம்

•

(ஃபதாஹ் இயக்கத்தின் தலைவர்களுள் ஒருவரான அபூ அலி அய்யாத் 1971இல் பலஸ்தீனர்களுக்கும் ஜோர்தான் ராணுவத்துக்கும் இடையே நடந்த சண்டையில் கொல்லப்பட்டார். இக்கவிதை அவர் நினைவாக எழுதப்பட்டது)

வெள்ளை லில்லி மலர்களைக் கனவுகாணும் படைவீரன்

அவன் வெள்ளை லில்லி மலர்களைக் கனவுகாண்கிறான்
ஒரு ஒலிவமரக் கிளையை
மாலையில் அதன் மலர்களைக் கனவுகாண்கிறான்
ஒரு பறவையை, எலுமிச்சை மலர்களை
தான் கனவுகாண்பதாக என்னிடம் சொன்னான்.
தன் கனவின் பொருளை ஆராய விரும்பவில்லை
என்றும் சொன்னான்.
பொருட்களை உணர்ந்தும்
முகர்ந்துமே அவன் புரிந்துகொள்கிறான்
தன்னைப் பொறுத்தவரை வீடு என்பது
மாலையில் திரும்பிவந்து
அம்மாவின் கோப்பியைக் குடிப்பதுதான் என்று சொன்னான்

நான் கேட்டேன்: 'அப்படியானால் நாடு?'
அவன் சொன்னான்: 'அதுபற்றி எனக்குத் தெரியாது
– கவிதைகள் சொல்வதுபோல்–
என் சருமம், என் இதயத் துடிப்புமாதிரி
நான் அதையும் உணர்வதில்லை
கடையில், வீதியில், பத்திரிகைகளில் திடீரென
நான் அதைப் பார்ப்பேன்'.

நான் கேட்டேன்: 'நீ அதை நேசிக்கிறாயா?
அவன் சொன்னான்: 'என் நேசம் ஒரு சிற்றுலா,
ஒரு கோப்பை வைன்,
ஒரு காதல் உறவு, அவ்வளவுதான்'
'நீ அற்காகச் சாவாயா?'
'நிச்சயமாக இல்லை,
எனக்கு அதனோடு உள்ள பிணைப்பு
அதை நேசிக்கும்படி போதிக்கும்
உணர்ச்சிகரமான கட்டுரையும் பேச்சும்தான்.

அதன் இதயம் என் இதயம் என நான் உணரவில்லை.
அதன் புல்லின், வேர்களின், கிளைகளின்
மணத்தை நான் சுவாசிக்கவில்லை'.
'அந்த நேசம் எதைப்போன்றது,
வெயில்போல் சுடுமா,
அல்லது ஒரு ஏக்கம்போன்றதா?'
அவன் என்னைப் பார்த்துச் சொன்னான்:
'என்னைப் பொறுத்தவரை காதலின் கருவி ஒரு துப்பாக்கி,
பண்டைய கழிவுகளிலிருந்து வரும் விழாக்களின் புத்துயிர்ப்பு,
வயதையும் அடையாளத்தையும் இழந்துபோன
ஒரு பழைய சிலையின் மௌனம்'.

பின்னர் தன் பிரியாவிடை பற்றி எனக்குச் சொன்னான்
யுத்தமுனைக்கு அவர்கள் தன்னை அனுப்பியபோது
தன் தாய் எப்படி மௌனமாக அழுதாள்
என்பதுபற்றிச் சொன்னான்
அவனது தாயின் துயரம் தோய்ந்த குரல்
அவனது சருமத்தின் கீழே
ஒரு புதிய ஏக்கத்தைச் செதுக்கியது:
பாதுகாப்பு அமைச்சில்
புறாக்கள் வளரட்டும்
ஓ! அவை வளரட்டும்!

அவன் புகைத்தான், பின்
இரத்தச் சகதியிலிருந்து தப்பிச் செல்பவன்போல சொன்னான்:
நான் வெள்ளை லில்லி மலர்களைக் கனவுகண்டேன்
ஒரு ஒலிவம் கிளையை,
ஒரு எலுமிச்சை மரக் கிளையில்
இளம் காலைப் பொழுதைத் தழுவிக்கொள்ளும்
ஒரு பறவையைக் கனவுகண்டேன்'
'வேறு என்ன பார்த்தாய்?'
'எதைச் செய்திருந்தேனோ அதைத்தான் பார்த்தேன்:
மண்ணில், மார்பில், வயிற்றில் நான் வெடிக்கவைத்த கண்ணிவெடி'
'நீ எத்தனைபேரைக் கொன்றாய்?'
'எண்ணிக்கை தெரியாது
ஆனால் எனக்கு ஒரு பதக்கம் கிடைத்தது'.
நான் மிகுந்த வருத்தத்துடன் கேட்டேன்:
'நீ கொன்றவர்களில் ஒருவரைப்பற்றியாவது சொல்லேன்'
மடித்த தினத்தாளை ஆட்டிக்கொண்டு

அவன் நிமிர்ந்து உட்கார்ந்தான்.
ஒரு கவிதை சொல்வதுபோல் சொன்னான்:
'ஒரு கூடாரம்போல் கற்களில் அவன் சரிந்து விழுந்தான்
சிதறிய நட்சத்திரங்கள்போல் அவற்றை இறுகப் பற்றினான்
இரத்தம் அவனது நெற்றியைச் சுற்றிக் கிரீடமிட்டிருந்தது
அவன் மார்பில் பதக்கம் எதுவும் இருக்கவில்லை
அவன் ஒரு போராளி அல்ல
ஒரு விவசாயி, ஒரு தொழிலாளி
அல்லது ஒரு நடைபாதை வியாபாரியாக இருக்கலாம்
ஒரு கூடாரம்போல் கற்களில் சரிந்து விழுந்தான்,
அப்படியே செத்துப்போனான்
வறண்ட இரு நீரூற்றுகள்போல
அவன் கைகள் விரிந்துகிடந்தன
அவனது சட்டைப்பையைத் துழாவியபோது
இரண்டு புகைப்படங்கள் கிடைத்தன
ஒன்று அவனது மனைவி,
மற்றது அவனது சின்ன மகள்'

நான் அவனிடம் கேட்டேன்:
'நீ துக்கப்பட்டாயா?'
இடைமறித்து அவன் சொன்னான்:
'மஹ்மூத் எனது நண்பா,
துக்கம் ஒரு வெள்ளைப் பறவை.
அது யுத்தகளங்களுக்கு வருவதில்லை
துக்கப்படும் படைவீரர்கள் பாபம் செய்பவர்கள்.
அங்கு நான் ஒரு இயந்திரம்,
நெருப்பையும் மரணத்தையும் உமிழும் இயந்திரம்
வெளியை ஒரு கறுப்புப் பறவையாக்கும் இயந்திரம்'

பின்னர்,
தனது முதல் காதல்பற்றி,
தூரத்து வீதிகள்பற்றி,
பத்திரிகை, வானொலிகளின்
வீரப்பிரதாபங்கள் பற்றியெல்லாம் சொன்னான்
அவன் தன் இருமலைக் கைக்குட்டையால் மறைக்கமுயன்றபோது
நான் கேட்டேன்:
'நாம் மீண்டும் சந்திப்போமா?'
அவன் சொன்னான்:
'எங்காவது ஒரு தூரத்து நகரில்'

நான்காவது தடவையாக அவனது கிளாசை நிரப்பிக்கொண்டு
நான் பகடியாகக் கேட்டேன்:
'நீ போகப்போகிறாய் – பின் தாய்நாடு என்னாவது?'
அவன் சொன்னான்:
'என்னை விடு
நான் வெள்ளை லில்லி மலர்களைக் கனவுகாண்கிறேன்
ஒரு பாடும் தெருவை,
விளக்கேற்றிய ஒரு வீட்டை கனவுகாண்கிறேன்
நான் வேண்டுவது ஒரு நல்ல இதயம்
குண்டுகள் நிறைத்த துப்பாக்கியல்ல
நான் வேண்டுவது சூரியன் பிரகாசிக்கும் ஒருபகல்
பித்துப்பிடித்த பாசிச யுத்த வெற்றியல்ல
நான் வேண்டுவது சிரிப்புடன் பகலைச் சந்திக்கும்
ஒரு குழந்தையின் புன்னகை
யுத்த இயந்திரத்தின் உதிரிப்பாகம் அல்ல
நான் சூரிய உதயத்தைக் காணவந்தேன்
அஸ்தமனங்களை அல்ல.

பெண்கள், குழந்தைகளுக்கு எதிரான யுத்தத்தில்
சாவதை நான் மறுக்கிறேன்
பணக்காரனின் கிணற்றையும்
திராட்சைத் தோட்டங்களையும் பாதுகாப்பதற்காக,
எண்ணெய்க் கம்பனிகள் ஆயுதத் தொழிற்சாலைகளின்
பெருமுதலாளிகளைப் பாதுகாப்பதற்காக
யுத்தம் செய்து சாவதை நான் மறுக்கிறேன்'.

பின்னர் அவன் எனக்குப் பிரியாவிடை கூறினான்
வெள்ளை லில்லி மலர்களை
ஒலிவமரக் கிளையிலிருந்து காலையை வரவேற்கும்
ஒரு பறவையைத் தேடிச் செல்வதற்காக.
ஏனெனில்,
பொருட்களை உணர்ந்தும் முகர்ந்துமே அவன் புரிந்துகொள்கிறான்
அவன் என்னிடம் சொன்னான்:
அவனைப் பொறுத்தவரை வீடு என்பது
அம்மா தரும் கோப்பியைக் குடிப்பது
மாலைப் பொழுதில் பாதுகாப்பாக வீடு திரும்புவது.

•

(மஹ்மூத் தர்வீஷ் ஒருமுறை ஒரு இஸ்ரேல் படைவீரனை சந்தித்து உரையாடினார். இக்கவிதை அதன் பதிவு)

சங்கீதம் 2

புத்தகங்களிலிருந்து வளரும் மரங்கள்போல
நான் வறண்டிருக்கிறேன்.
காற்று கடந்துசெல்லும் ஒரு பொருள்தான்
நான் சண்டை இடுவதா இல்லையா?
இது அல்ல கேள்வி,
முக்கியமானது என் தொண்டை உறுதியாக இருப்பதுதான்
நான் வேலை செய்வதா இல்லையா?
இது அல்ல கேள்வி
முக்கியமானது பலஸ்தீன நேரப்படி
வாரத்தில் எட்டு நாட்கள் நான் ஓய்வாக இருப்பதுதான்.
பாடல்களிலும் படுகொலைகளிலும்
திரும்பத்திரும்ப வரும் தாய்நாடே
மரணத்தின் மூலத்தை எனக்குக் காட்டு
அது குத்துவாளா அல்லது பொய்யா?

நான் இழந்த கூரையை நினைவுகூர்வதற்கு
நான் திறந்த வெளியில் உட்காரவேண்டும்.
என் நாட்டின் தூய காற்றை மறக்காமல் இருப்பதற்கு
நான் நிறைய சுவாசிக்கவேண்டும்.
என் மலைகள் உயரமானவை என்பதை மறக்காமல் இருப்பதற்கு
என் நெற்றியிலிருந்து புயலை நான் வாரிவிடவேண்டும்.
என் தூரத்து வானத்தின் உரிமையைத் தக்கவைத்துக்கொள்வதற்கு
என் தோலைக்கூட நான் உரிமைகோரக் கூடாது.

படுகொலைகளிலும் பாடல்களிலும்
திரும்பத்திரும்ப வரும் தாய்நாடே
விமான நிலையத்திலிருந்து விமான நிலையத்துக்கு

நான் ஏன் உன்னைக் கடத்திச்செல்லவேண்டும்
அபினைப்போல,
இரகசிய மையைப்போல,
ஆயுதங்களைப்போல?

உன் உருவத்தை நான் வரையவேண்டும்,
நீ கோப்புகளிலும் வியப்புகளிலும் சிதறிக்கிடக்கிறாய்.
உன் உருவத்தை நான் வரையவேண்டும்,
நீ குண்டுச் சிதறல்களிலும் பறவைச் சிறகுகளிலும்
பறந்துகொண்டிருக்கிறாய்
உன் உருவத்தை நான் வரையவேண்டும்,
ஆனால் வானம் என் கையைத் தட்டிவிடுகிறது.
உன் உருவத்தை நான் வரையவேண்டும்,
நீ காற்றுக்கும் குத்துவாளுக்கும் இடையே சிக்குண்டிருக்கிறாய்.
உன் உருவத்தை நான் வரையவேண்டும்,
என் உருவத்தை உன்னில் காண்பதற்காக.
நான் அரூபமாய் இருப்பதாக,
ஆவணங்களையும் புகைப்படங்களையும் மோசடிசெய்வதாகக்
குற்றம்சாட்டப்படுகிறேன்.
நீ காற்றுக்கும் குத்துவாளுக்கும் இடையே சிக்குண்டிருக்கிறாய்.

பாடல்களிலும் படுகொலைகளிலும்
திரும்பத்திரும்ப வரும் தாய்நாடே
என்னை ஒரு கல்லாக விட்டு
எவ்வாறு நீ ஒரு கனவாக மாறினாய்?
சிலவேளை ஒரு கனவைவிட நீ அழகாக இருக்கிறாய்
நீ மிக அழகாக இருக்கிறாய்

அராபியரின் வரலாற்றில்
நான் கடன்வாங்காத ஒரு பெயர்கூட இல்லை
உன் இரகசியச் சன்னல்களினூடு
அப்பெயரில் நான் நழுவிச்செல்ல ஒரு வழியுமில்லை
குளிரூட்டப்பட்ட ஆட்சேர்ப்பு அலுவலகங்களில்
எல்லாப்பெயர்களும் முன்பதிவுசெய்யப்பட்டுள்ளன
என்னுடைய பெயரை நீ ஏற்றுக்கொள்வாயா–
மஹ்மூத் தர்வீஷ்?
பொலிஸ்காரனின் சாட்டைகளினாலும்
கார்மெல்லின் பைன் மரங்களாலும்
என் தசையிலிருந்து கிழித்தெடுக்கப்பட்ட பெயர் அது

*பாடல்களிலும் படுகொலைகளிலும்
திரும்பத்திரும்ப வரும் தாய்நாடே
மரணத்தின் மூலத்தை எனக்குக் காட்டு
அது குத்துவாளா அல்லது பொய்யா?*
●

(மஹ்மூத் தர்வீஷ் பைபிளில் இடம்பெறும் சங்கீதங்களின் (Psalms) பாணியில் பதினேழு சங்கீதங்கள் எழுதியிருக்கிறார். இவை அவரது *I Love You, I Love You Not* (1972) என்ற தொகுப்பில் இடம்பெற்றுள்ளன. அவற்றுள் எட்டு சங்கீதங்கள் இங்கு இடம்பெறுகின்றன.)

சங்கீதம் 3

எனது சொற்கள்
மண்ணின் சொற்களாய் இருந்த நாளில்
நான் கோதுமைத் தாள்களின் நண்பனாய் இருந்தேன்.

எனது சொற்கள்
சினத்தின் சொற்களாய் இருந்த நாளில்
நான் சங்கிலிகளின் நண்பனாய் இருந்தேன்.

எனது சொற்கள்
கிளர்ச்சியின் சொற்களாய் இருந்த நாளில்
நான் பூமி அதிர்ச்சிகளின் நண்பனாய் இருந்தேன்.

எனது சொற்கள்
பேதி மருந்தின் சொற்களாய் இருந்த நாளில்
நான் நன்நம்பிக்கையின் நண்பனாய் இருந்தேன்.

எனது சொற்கள்
தேனாக மாறியபோதோ
ஈக்கள்
என் இதழ்களை மூடின.

சங்கீதம் 6

என் நாட்டு மரங்கள் பசுமைப் பயிற்சி செய்கின்றன
நான் நினைவுப் பயிற்சி செய்கிறேன்
பாழ்வெளியில் தொலைந்த குரல்
வானத்தை நோக்கிச் செல்கிறது,
முழந்தாளிடுகிறது: முகில்களே, திரும்பிவருகிறீர்களா?

நான் அதிகம் கவலைப்படவில்லை
மரங்களைத் தெரியாதவர்கள்
பறவைகளை நேசிக்கமாட்டார்கள்.
அதிர்ச்சிகளை அறியாதவன்
பொய் சொல்வதைத் தன் பழக்கமாக்குகிறான்.
நான் அதிகம் கவலைப்படவில்லை
அச்சத்தை அறியாதவனுக்குப் பொய்சொல்லத் தெரியாது

நான் மிகவும் குட்டையல்ல
ஆனால், மரங்கள்தான் உயரமானவை.
சீமாட்டிகளே, சீமான்களே
நான் பறவைகளை நேசிக்கிறேன்
எனக்கு மரங்களைத் தெரியும்
எனக்கு அதிர்ச்சிகளைத் தெரியும்
ஏனென்றால் எனக்குப் பொய்சொல்லத் தெரியாது
உண்மையைப்போல், குத்துவாள்போல்
நான் பிரகாசமானவன்
ஆகவே நான் உங்களைக் கேட்கிறேன்:
பறவைகளைச் சுடுங்கள்
நான் மரங்களைப் பற்றி விபரிப்பேன்
நைல் நதியை நிறுத்துங்கள்
நான் கெய்ரோவைப் பற்றி விபரிப்பேன்

ரைக்ரீசை அல்லது யூபிரடீசை
அல்லது இரண்டையுமே நிறுத்துங்கள்
நான் பக்தாதைப் பற்றி விபரிப்பேன்
பறதாவை நிறுத்துங்கள்
நான் டமஸ்கசைப் பற்றி விபரிப்பேன்
நான் பேசுவதை நிறுத்துங்கள்
நான் என்னைப் பற்றி விபரிப்பேன்
●

சங்கீதம் 8

ஓ தேசமே,
உன் பெயர் மனநிலையால் அறியப்பட்டது
வரலாற்றின் சவுக்குகளால் அறியப்பட்டது
வரலாற்றின் சிறைச்சாலைகளால் அறியப்பட்டது
வரலாற்றின் இடப்பெயர்வுகளால் அறியப்பட்டது

ஒவ்வொரு யுகத்திலும் சிறைப்பட்ட தேசமே
உன் உருவத்தை அவ்வாறு நீ ஏன் தீர்மானித்தாய்?
உலகின் சிசுவாக உன்னை ஏன் அறிவித்துக்கொள்கிறாய்?
தற்கொலைக் கணத்தில் நீ ஏன் அழகாய் இருக்கிறாய்?
அதற்கும் மேலாக:
என்னை உனக்குத் தெரியாது என்று
நீ ஏன் அறிவிக்கவில்லை?
அதனால் நான் சாவிலிருந்து தப்பிவிடலாம்

தூக்கமயக்கம் போன்ற குரூர தேசமே,
நமது காதல் முடிந்தது என்று
ஒருமுறையேனும் சொல்!
நான் சாவுக்கும் பிரிவுக்கும்
என்னைத் தயாரித்துக்கொள்ளலாம்

என் மூதாதையரின் சாம்பலிலிருந்து
திடீரெனத் திரும்பிச் செல்லும் காற்றின்மீது
நான் பொறாமைப்படுகிறேன்
உயிர்த்தியாகிகளின் நினைவில் மறைந்துள்ள
எண்ணங்கள்மீது நான் பொறாமைப்படுகின்றேன்
குழந்தைகளின் கண்களில் ஒழித்துள்ள
உன் வானத்தின்மீது நான் பொறாமைப்படுகிறேன்
ஆயினும் நான் என்மீது பொறாமைப்படவில்லை

வியர்வைபோல் நீ என் உடலெங்கும் பரவுகிறாய்
வேட்கைபோல் நீ என் உள்ளேயும் பரவுகிறாய்
ஆக்கிரமிப்பாளர்போல் நீ என் நினைவைக் கைப்பற்றியுள்ளாய்
வெளிச்சம்போல் நீ என் மூளையை நிரப்பியுள்ளாய்
செத்துப்போ!
நான் உனக்காகத் துக்கம் அனுஷ்டிக்கலாம்
அல்லது என் மனைவியாக இரு
நான் துரோகத்தை ஒருமுறைமட்டுமே அனுபவிக்கலாம்.

•

சங்கீதம் 9

காலத்துக்கும் புலன்களுக்கும் அப்பாலான ரோஜாவே,
எல்லாக் காற்றுகளின் துப்பட்டிகளாலும் மூடப்பட்ட முத்தமே,
ஒரு கனவால் என்னைத் திகைப்படையச் செய்யுங்கள்
பின் என் பைத்தியம் உங்களைவிட்டும் விலகிச்சென்றுவிடும்

உன்னை நெருங்கி வருவதற்காக
உன்னைவிட்டு விலகிச்செல்கிறேன்
 நான் நேரத்தைக் கண்டுபிடித்தேன்

உன்னைவிட்டு விலகிச் செல்வதற்காக
உன்னை நெருங்கிவருகிறேன்
 நான் என் புலன்களைக் கண்டுபிடித்தேன்

நெருங்குவதற்கும் விலகுவதற்கும் இடையே
ஒரு கனவின் அளவில் ஒரு கல் இருக்கிறது
அது நெருங்கிவருவதும் இல்லை
விலகிச் செல்வதும் இல்லை.

நீயே எனது தேசம்
நான் ஒரு கல் அல்ல
ஆகவே நான் வானத்தை எதிர்கொள்ள விரும்பேன்
நிலத்தொடு நிலமாய்க் கிடக்கவும் மாட்டேன்
எனினும் நான் ஒரு அந்நியன், எப்போதும் அந்நியன்.

சங்கீதம் 10

நீண்ட மரண நிலை
சிறுபராயச் சுற்றுப்புறத் தெருக்களுக்கு
என்னைக் கொண்டுவந்துள்ளது.
வீடுகளுக்குள்,
இதயங்களுக்குள்,
கோதுமைத் தாள்களுக்குள்
என்னைக் கொண்டுவந்துள்ளது.
எனக்கு ஒரு அடையாளத்தைத் தந்திருக்கிறது
அது என்னை ஒரு குறிக்கோளாக ஆக்கியிருக்கிறது
நீண்ட மரண நிலை

நான் இறந்துவிட்டேன் என்றும்
குற்றம் பாடல்களில் அடகுவைக்கப்பட்டுள்ளது என்றும்
அவர்கள் நினைத்தார்கள் போலும்
   அதனால் அவர்கள் கடந்து சென்றனர்
   என்பெயரை உச்சரிக்கவில்லை
   என் பிணத்தை கோப்புகளிலும்
   சதிகளிலும் புதைத்துவிட்டுச் சென்றனர்
   (நான் கனவுகாணும் நாடு
   நான் கனவுகண்ட நாடாகவே தொடர்ந்தும் இருக்கும்)

அது ஒரு குறுகிய வாழ்வும்
நீண்ட மரணமும்.
சிறிது நேரம் நான் விழித்தெழுந்தேன்
என் பிணத்திலும் ஒரு துப்பாக்கியிலும்
என் நாட்டின் பெயரை எழுதினேன்.
நான் சொன்னேன்:
கரையோர நகரங்களுக்கான
என் பாதை இதுதான்
என் வழிகாட்டியும் இதுதான்.
நான் புறப்பட்டேன்

ஆனால் அவர்கள் என்னைக் கொன்றனர்
   என் பிணத்தை கோப்புகளிலும் சதிகளிலும்
   புதைத்துவிட்டுச் சென்றனர்
   (நான் கனவுகாணும் நாடு
   நான் கனவுகண்ட நாடாகவே தொடர்ந்தும் இருக்கும்)

நீண்ட மரண நிலையில் இருக்கும் நான்தான்
துக்கத்தின் எஜமான்
காதல் கொண்ட அரபுப் பெண்களின் கண்ணீர்.
பாடகர்களும் பேச்சாளர்களும் என்னைச் சுற்றி நின்றனர்
என் பிணத்திலிருந்து கவிதை முளைத்தது
தலைவர்களும் முளைத்தனர்
தேசபக்தி மொழியின் எல்லாத் தலைவர்களும் முளைத்தனர்
கைதட்டு
கைதட்டு
கைதட்டு
நீண்ட மரணநிலை
நீடு வாழ்க

நீண்ட மரண நிலை
சிறுபராயச் சுற்றுப்புறத் தெருக்களுக்கு
என்னைக் கொண்டுவந்துள்ளது
வீடுகளுக்குள், இதயங்களுக்குள்,
கோதுமைத் தாள்களுக்குள்
என்னைக் கொண்டுவந்துள்ளது
என்னை ஒரு குறிக்கோளாக ஆக்கியிருக்கிறது
எனக்கு ஒரு அடையாளத்தைத் தந்திருக்கிறது
சங்கிலிகளின் முதுசத்தையும் தந்திருக்கிறது

●

சங்கீதம் 15

என் நண்பர்களைக் காவுகொண்ட
எல்லைப்புறங்களிலிருந்து தப்பியவன் நான்.
எல்லைப்புறங்கள் என் பின்னால் விரைகின்றன
நெருங்கி மிக நெருங்கி வருகின்றன
என் குரல்வளையைப் பற்றுகின்றன.

வீரமரபுக் கதைகள் எங்கே முடிகின்றன,
என் முகம் எங்கே தொடங்குகின்றது
என்பதைத் தெரிந்துகொள்வது உனக்குச் சிரமம்.
ஏனெனில், எல்லைப்புறங்கள் மிக அண்மையில் உள்ளன
என் நெற்றியிலுள்ள சுருக்கங்கள்
வயதின் கைவிரல் அடையாளங்கள் அல்ல.
என் கண்களின் கீழ் உள்ள இந்த நீலக் கோடுகள்
பெண்களுடன் கழித்த இரவுகளுக்கான ஆதாரங்கள் அல்ல.
அவை என் உடல்முழுவதும் கிளைவிட்டுள்ள எல்லைப்புறங்கள்.

எனக்குத் தோல்வி விதிக்கப்பட்டுள்ளது,
என் எதிரிக்கு வெற்றி விதிக்கப்பட்டுள்ளது.
நான் தோல்வியில் நிலைகொண்டுள்ளேன்,
என் எதிரி வெற்றியில் நிலைகொண்டுள்ளான்.
நகரத்தின் மேலே வரும் இருளே,
கவிந்துகொள், கவிந்துகொள்,
இன்றிரவு எல்லைப்புறநோய் பீடித்துள்ள
என் முகத்திலிருந்து விலகிச்செல்ல நான் தீர்மானித்துள்ளேன்
என் இதயத்தின் திசைநோக்கிச் செல்லத் தீர்மானித்துள்ளேன்
அது ஒன்றே கைப்பற்றப்படாத நகரம்

●

சங்கீதம் 16

சுல்தான் தன் குதிரையைத் தட்டிக்கொடுப்பதுபோல்
நான் காலத்தைத் தட்டிக்கொடுக்கிறேன்
சிறுவர்கள் வண்ணக் குண்டுகளுடன் விளையாடுவதுபோல்
நான் நாட்களுடன் விளையாடுகிறேன்

முதல் நாளைக் கடந்துசெல்லும் ஒருநாளை
நான் இன்று கொண்டாடுகிறேன்
நேற்றைக் கடந்துசெல்லும் இரு தினங்களை
நான் நாளை கொண்டாடுவேன்
வரும் நாளை நினைவுகூர்ந்து
நேற்றின் பானத்தை நான் பருகுகிறேன்
இவ்வாறே என் வாழ்வைக் கழிக்கிறேன்

என் துடிதுடிப்பான குதிரையிலிருந்து விழுந்து
என் கையை முறித்துக்கொண்டபோது
நூறாண்டுகளுக்குமுன் காயம்பட்ட என் விரல்
வலிக்கத்தொடங்கியது

அக்றே நகரின் மரணத்தின்
நாற்பதாம் சடங்கை நான் நிறைவுசெய்தபோது
கிறனடாவுக்காக நான் குலுங்கி அழுதேன்

தூக்கிலிடுவோனின் சுருக்குக் கயிறு
என் கழுத்தைச் சுற்றியபோது
என் கழுத்துப்பட்டியைக் களவெடுத்த
என் எதிரிகளை நான் அப்படி வெறுத்தேன்

●

(நாற்பதாம் சடங்கு – ஒருவர் மரணித்த நாற்பதாம் நாள் முஸ்லிம்கள் நிறைவேற்றும் சமயச் சடங்கு)

நான் அங்கு பிறந்தேன்

நான் அங்குதான் பிறந்தேன்
எனக்கு நினைவுகள் உள்ளன
மனிதர்கள் போலவே நானும் பிறந்தேன்
எனக்கு ஒரு தாய் இருக்கிறாள்
பல ஜன்னல்கள் உள்ள ஒரு வீடும் உண்டு
சகோதரர்களும் நண்பர்களும் உள்ளனர்
இதயமற்ற ஜன்னலுடன் ஒரு சிறைக்கூடமும் உள்ளது
நீர்ப்பறவை எழுப்பிய அலை எனதுதான்
எனக்கென்று சொந்தப் பார்வை உண்டு
ஒரு மேலதிக புல் இதழும் உண்டு
உலகின் தொலைதூரச் சந்திரன் எனதுதான்
பறவைக் கூட்டங்களும்
அழிவற்ற ஒலிவ மரமும் எனதுதான்
வாள்களுக்கு முன்பே நான் இந்த மண்ணில் நடந்தேன்
அதன் வாழும் உடலை ஒரு துயர மேசையாக்கினேன்

நான் அங்குதான் பிறந்தேன்
வானம் தன் தாய்க்காக அழுதபோது
நான் வானத்தை அதன் தாயாக மாற்றினேன்.
திரும்பிவரும் மேகம் என்னைத் தெரிந்துகொள்வதற்காக
நானும் அழுதேன்.
இரத்த நீதிமன்றத்துக்குரிய எல்லாச் சொற்களையும் கற்றேன்
அதனால் விதியை என்னால் மீறமுடிந்தது
நான் எல்லாச் சொற்களையும் கற்று
பின்னர் அவற்றை உடைத்தேன்
ஒரேஒரு சொல்லை உருவாக்க: அதுதான் தாய்நாடு
●

தந்தையே நான் யூசுஃப்

தந்தையே நான் யூசுஃப்
தந்தையே,
என் சகோதரர்கள் என்னை நேசிக்கவில்லை
நான் தங்கள் மத்தியில் இருப்பதை விரும்பவும் இல்லை

தந்தையே, அவர்கள் என்னை அடிக்கின்றனர்
கல் எறிகின்றனர்
தூஷிக்கின்றனர்
நான் சாகவேண்டும் என்று விரும்புகின்றனர்
அதனால் வஞ்சப் புகழ்ச்சி செய்கின்றனர்
என்முன் உமது கதவை மூடுகின்றனர்
உமது வயலில் இருந்து நான் துரத்தப்பட்டேன்
என் திராட்சை ரசத்தை அவர்கள் நஞ்சூட்டினர்

தந்தையே,
காற்று என் தலையைத் தடவிச் சென்றபோது
அவர்கள் பொறாமைப்பட்டனர்
உம்மீதும் என்மீதும் காழ்ப்படைந்தனர்

தந்தையே, நான் அவர்களுக்கு என்ன செய்தேன்?
என்னால் அவர்கள் எதை இழந்தனர்?

வண்ணத்துப் புச்சிகள் என் தோளில் அமர்கின்றன
கோதுமை என்னை நோக்கித் தலைகுனிகின்றது
பறவைகள் என் கையின்மேலே தரித்து நிற்கின்றன

நான் என்ன தவறு செய்தேன்
தந்தையே, ஏன் என்னைத் துன்புறுத்துகின்றனர்?

நீர்தான் எனக்கு யூசுஃப் என்று பெயரிட்டீர்
அவர்கள் என்னைக் கிணற்றுள் தள்ளினர்
பின்னர் நரியின்மீது பழிபோட்டனர்
தந்தையே, நரி என் சகோதரர்களைவிட கருணையுள்ளது

நான் கண்ட கனவை உமக்குச் சொன்னபோது
யாருக்கும் தவறிழைத்தேனா?
நான் கனவில் கண்ட பதினேழு கிரகங்கள்
சூரியனும் சந்திரனும்
என்முன் முழந்தாளிட்டனவே
•

(யூசுஃப் – யோசப். சகோதரர்களால் துன்புறுத்தப்பட்ட தீர்க்கதரிசி)

முற்றுகை

இங்கு மலையடிவாரங்களில்
அந்திமாலையை, காலத் துப்பாக்கியை நோக்கியவாறு
உடைந்த நிழல்களின் தோட்டத்தருகே
சிறைக் கைதிகள் செய்வதை
வேலையற்றோர் செய்வதை
நாமும் செய்கிறோம்
நம்பிக்கையைப் பயிரிடுகின்றோம்

★

ஒரு நாடு உதயத்துக்குத் தயாராகிறது
வெற்றியின் நிமிடத்தை நாம் கூர்ந்து கவனிக்கிறோம்
நம் மடமை வளர்கிறது
எறிகணையால் பற்றவைக்கப்படும் நம் இரவுகளில்
இரவுகளே இல்லை
நமது எதிரிகள் கவனமாய் இருக்கின்றனர்
இருண்ட நிலவறைகளில் நமக்காக விளக்கேற்றுகின்றனர்

★

இங்கு 'நான்' இல்லை
தன் களிமண்ணின் புழுதியை
இங்கு ஆதம் நினைவுகூர்கிறார்

★

மரணத்தறுவாயில் அவர் சொல்கிறார்:
இழப்பதற்கு என்னிடம் எந்தத் தடயமும் இல்லை

என் விடுதலைக்கு மிக அண்மையில் நான் சுதந்திரமாய் இருக்கிறேன்
என் எதிர்காலம் என் கையிலேயே இருக்கிறது
விரைவில் என் வாழ்வுக்குள் நான் புகுவேன்
பெற்றோர் அற்று சுயாதீனமாய் நான் பிறப்பேன்
வானத்தின் நீல நிறத்தாலான எழுத்துகளை
என் பெயராகத் தேர்வேன்

★

வாசற் படியில் நிற்பவனே உள்ளே வா
எம்முடன் சேர்ந்து அரபுக் கோப்பியைக் குடி
எம்மைப்போன்ற மனிதனே நீயும் என்பதை உணர்வாய்
வாசற்படிகளில் நிற்பவனே
எங்கள் காலைப் பொழுதிலிருந்து வெளியே வா
நாங்களும் உன்னைப் போன்ற மனிதர்களே என்பதை
நாங்களும் உணரட்டும்

★

விமானங்கள் மறையும்போது வெண்புறாக்கள் பறக்கின்றன
கட்டப்படாத சிறகுகளால்
பிரகாசத்தை மீண்டும் பெற்று
சுவர்கத்தின் கன்னங்களைக் கழுவுகின்றன
உயரே இன்னும் உயரே வெண்புறாக்கள் பறக்கின்றன
ஆ, ஆகாயம் மட்டும்தான் உண்மை
(இரண்டு குண்டுகளுக் கிடையே கடந்துசெல்லும்
ஒரு மனிதன் என்னிடம் சொன்னான்)

★

படைவீரர்களுக்குப் பின்னால் சைப்ரஸ் மரங்கள்
வானம் சரிந்துவிடாமல் மினராக்கள் தாங்குகின்றன
முள்ளுக் கம்பிகளுக்குப் பின்னால்
டாங்கியின் கண்காணிப்பில்
படைவீரர்கள் மூத்திரம் பெய்கின்றனர்
ஞாயிறு பிரார்த்தனையின் பின்னுள்ள தேவாலயம் போன்ற
ஒரு அகன்ற வெறிச்சோடிய தெருவில்
இலையுதிர்கால நாள்
தன் பொன்னான உலாவை முடித்துக்கொள்கிறது

★

ஒரு கொலைகாரனுக்கு:
நீ கொலைசெய்தவனின் முகத்ததை நினைத்துப்பார்த்திருந்தால்
நச்சு வாயுக் கூடத்தில் கிடந்த உன்தாயை நீ நினைத்திருப்பாய்
துப்பாக்கி தூக்குவற்கான காரணத்திலிருந்து நீ விடுபட்டிருப்பாய்,
உன்மனதை நீ மாற்றியிருப்பாய்:
ஒருவரின் அடையாளத்தைக் காணும் வழி இதுவல்ல

★

முற்றுகை ஒரு காத்திருப்புக் காலம்
புயலின் நடுவில் சாய்த்து வைக்கப்பட்ட
ஏணியில் காத்திருத்தல்

★

தனிமை,
அடியில் படிந்திருக்கும் மண்டியைப்போல்
மிகவும் கீழே நாங்கள் தனித்திருக்கிறோம்
இங்கு வானவில்கள் வருவதில்லை

★

இந்த வெளிக்கு அப்பால் எமக்குச் சகோதரர்கள் இருக்கிறார்கள்
மிகச் சிறந்த சகோதரர்கள்
அவர்கள் எங்களை நேசிக்கின்றனர்
எம்மைப் பார்த்து விம்முகின்றனர்
பின் ரகசியமாக ஒருவருக் கொருவர் சொல்லிக்கொள்கின்றனர்:
ஆ! இந்த முற்றுகை பிரகடனப்படுத்தப்பட்டிருந்தால்...'
அவர்கள் தங்கள் வாக்கியத்தை முடிக்கவில்லை:
'எங்களைக் கைவிடாதீர் எங்களைவிட்டுப் போகாதீர்'

★

எமது இழப்புகள்:
தினமும் இரண்டு முதல் எட்டு உயிர்த்தியாகிகள்
பத்து காயம் பட்டவர்கள்
இருபது வீடுகள்
ஐம்பது ஒலிவமரங்கள்
இதற்கும் மேலே
கவிதையில், நாடகத்தில், முடிவுறாத திரைச்சீலையில்
எத்தனையோ அமைப்புக் கோளாறுகள்

★

ஒரு தாய் மேகத்திடம் சொன்னாள்:
என் அன்புக்குரியவனை மூடிவிடு
என் உடைகள் அவன் இரத்தத்தில் தோய்ந்துள்ளன

★

நீ மழையாக இல்லாவிட்டால் என் அன்பே
ஒரு மரமாக இரு
வளமுள்ள ஒரு மாரமாக இரு
நீ மரமாக இல்லாவிட்டால் என் அன்பே
ஒரு கல்லாக இரு
ஈரலிப்புள்ள கல்லாக இரு
நீ கல்லாக இல்லை என்றால் என் அன்பே
ஒரு சந்திரனாக இரு
அன்புள்ள ஒரு பெண்ணின் கனவில் ஒரு சந்திரனாக இரு

ஒரு பெண் தன் மகனின்
சவ அடக்கத்தின் போது இப்படிச் சொன்னாள்

★

காவலர்களே, உங்களுக்குக் களைப்பில்லையா?
எங்கள் உப்பின் வெளிச்சத்துக்காக
எங்கள் காயத்தின் ரோசாவின் தழலுக்காகக் காத்திருந்து
நீங்கள் களைப்படையவில்லையா?

★

இந்தக் காலங்களின் சுமைக்கு ஒளியூட்ட
இந்த இடத்தின் சேற்றை அகற்ற
இந்தப் பூரணமான-நீல முடிவிலி போதும்

★

தன் சிகரத்தில் இருந்து கீழே இறங்குவது
ஆன்மாவைப் பொறுத்தது
பண்டைய ரொட்டியை
புராதன திராட்சை ரசத்தை பகிர்ந்துகொள்ளும்
இரண்டு நீண்டகால நண்பர்களைப்போல கைகோர்த்து
தன் பட்டுப்போன்ற பாதங்களால் என்பக்கத்தில் நடந்துவருவது
ஆன்மாவைப் பொறுத்தது
இந்தப் பாதையில் நாம் சேர்ந்து நடக்கலாமா?
பின் நமது நாட்கள் வேறு திசைகளில் செல்லும்:

பதிலாக நான் என் இயல்புக்குப் புறம்பாக
ஒரு உயர்ந்த பாறையில் குந்தியிருப்பேன்

★

என் சிதைவுக் குவியலில் நிழல் பசுமையாய் வளர்கிறது
ஓநாய் என் ஆட்டின் தோலின்மீது குட்டித் தூக்கம் போடுகிறது
என்னைப்போல், தேவதைபோல் அது கனவு காண்கிறது
வாழ்வு இங்குதான் இருக்கிறது... அங்கு அல்ல என்பதைப்போல

★

முற்றுகை நிலையில் காலம் வெளியாக மாறுகிறது
நிரந்தரமாக விறைத்த வெளியாகிறது
முற்றுகை நிலையில் வெளி காலமாக மாறுகிறது
தன் நேற்றையும் தன் நாளையையும் இழந்த காலமாகிறது

★

உயிர்த்தியாகி என்னைச் சுற்றிவளைக்கிறான்
எனது ஒவ்வொரு புது நாளிலும்
அவன் என்னிடம் கேட்கிறான்: நீ எங்கிருந்தாய்?
நீ எனக்குத் தந்த ஒவ்வொரு சொல்லையும்
மீண்டும் அகராதியில் சேர்த்துவிடு
தூங்குவோரை எதிரொலியின் இரைச்சலிலிருந்து விடுவித்துவிடு

★

உயிர்த்தியாகி எனக்கு அறிவொளி ஊட்டுகிறான்:
பூமியில் அத்தி மரங்களுக்கும் பைன் மரங்களுக்கும் மத்தியில்
நான் வாழ்வை நேசிப்பதால்
பெருவெளிக்கு அப்பால்
நித்திய கன்னிகளை நான் தேடவில்லை
ஆனால் என்னால் அதை அடையமுடியாது
என்றாலும் நான் அதையே குறிவைக்கிறேன்
என் இறுதி உடைமையுடன்: அதுதான் உடலின் குருதி

★

உயிர்த்தியாகி என்னை எச்சரித்தான்:
அவர்களின் அலறல்களை நம்பாதே
என் தகப்பனை நம்பு, அழும்போது
அவர் என் புகைப்படத்தைப் பார்க்கிறார்

மகனே எப்படி நீ என்னை முந்தினாய்
நான் முதலில், நான்தான் முதல் ஆள்
★

உயிர்த்தியாகி என்னைச் சுற்றிவளைக்கிறான்:
என் இடம், என் தளபாடம் எல்லாவற்றையும் மாற்றிவிட்டேன்
என் துயரத்தைத் தணிக்க ஒரு அணிற்குஞ்சை
என் கட்டிலில் வைத்தேன்
ஒரு பிறைச் சந்திரனை என் விரலில் வைத்தேன்
★

முழுச் சுதந்திரத்துடன்,
நமக்குத் தீங்கிழைக்காத ஒரு அடிமைத்தனத்தை
நாம் தெரிவுசெய்யவேண்டும் என்பதை
நாம் ஏற்றுக்கொள்ளும்வரை
இந்த முற்றுகை நீடிக்கும்
★

எதிர்த்தல் என்பது
இதயத்தின் ஆரோக்கியத்தை
விதைப்பையின் ஆரோக்கியத்தை
உன் உறுதியான நோயை:
நம்பிக்கை என்னும் நோயை
உனக்கு உறுதிப்படுத்துகின்றது
★

எஞ்சியிருக்கும் உதயத்தில்
நான் என் வெளியைநோக்கி நடக்கிறேன்
எஞ்சியிருக்கும் இரவில்
என் உள்ளே காலடிகளின் ஓசையைக் கேட்கிறேன்
★

இச்சுரங்க வழியின் கருமையில்
ஒளியின் போதையை
வண்ணத்துப்பூச்சியின் ஒளியை
என்னோடு பகிர்ந்துகொள்வோருக்கு வாழ்த்துகள்
★

இரு வெளிகளை ஊடறுத்துத் தாக்கும்
இரவின் அடர்த்தியில்
என் கோப்பையை என்னுடன் பகிர்ந்துகொள்வோனுக்கு வாழ்த்துகள்
என்னைத் தொடரும் என் ஆவிக்கு வாழ்த்துகள்

★

என் நண்பர்கள் எப்போதும்
எனக்கு ஒரு பிரியாவிடை விருந்தை ஏற்பாடுசெய்கின்றனர்
ஓக் மரங்களின் நிழலில் அமைதிப்படுத்தும் ஒரு புதைகுழி
சலவைக்கல்லில் காலத்தின் ஒரு கல்லறை வாசகம்
எப்பொழுதும் நான் அவற்றை மரணச் சடங்கில் எதிர்பார்க்கிறேன்
யார் இறந்தது...யார்..?

★

எழுத்து என்பது வெறுமையைச் சப்பும் ஒரு நாய்க்குட்டி
ஒரு இரத்தச் சுவடும் இல்லாத காயம்

★

நமது கோப்பிக் கோப்பைகள்,
பறவைகள் பச்சை மரங்கள்.
நீல நிழலில் சூரியன்
ஒரு அணில் குஞ்சைப்போல்
ஒரு சுவரிலிருந்து மறுசுவருக்குத்
துள்ளிக் குதிக்கிறது
மேகங்களில் உள்ள நீர்
வானத்தில் நமக்கு எஞ்சியிருப்பதன்
முடிவற்ற வடிவங்களைக் கொண்டிருக்கிறது
இந்தக் காலைநேரம் சக்திவாய்ந்தது வனப்பானது என்பதை,
நாம் நித்தியத்தின் விருந்தினர் என்பதை
தடுத்துவைக்கப்பட்ட நினைவுகள்
உறுதிப்படுத்துகின்றன

●

அவன் அமைதியாக இருக்கிறான்

அவன் அமைதியாக இருக்கிறான்
நானும்தான்
அவன் எலுமிச்சைத் தேனீர் அருந்துகிறான்
நான் கோப்பி குடிக்கிறேன்
(எம்மிடையுள்ள வேறுபாடு இதுமட்டும்தான்)
அவன் என்னைப்போலவே ஒரு தொளதொளத்த சேட் அணிகிறான்
நான் அவனைப்போலவே ஒரு மாத சஞ்சிகையைக் கூர்ந்து
பார்க்கிறேன்
நான் அவனை ஆவலுடன் பார்ப்பதுபோல்
அவன் என்னைப் பார்ப்பதில்லை
அவன் என்னை ஆவலுடன் பார்ப்பதுபோல்
நான் அவனைப் பார்ப்பதில்லை

அவன் அமைதியாக இருக்கிறான்
நானும்தான்
அவன் பரிசாரகனிடம் ஏதோ கேட்கிறான்
நான் பரிசாரகனிடம் ஏதோ கேட்கிறேன்
ஒரு கறுப்புப் பூனை எங்களுக்கிடையே செல்கிறது
நான் அதன் கறுப்பு ரோமத்தைத் தொடுகிறேன்
அவன் அதன் கறுப்பு ரோமத்தைத் தொடுகிறான்
நான் அவனிடம் சொல்லவில்லை: இன்று வானம் தெளிவாக உள்ளது
அதிக நீலம்
அவன் என்னிடம் சொல்லவில்லை:
இன்று வானம் தெளிவாக உள்ளது

அவன்தான் காட்சியும் அவன்தான் காண்பவனும்
நான்தான் காட்சியும் நான்தான் காண்பவனும்
நான் என் இடது காலை நகர்த்துகிறேன்
அவன் தன் வலது காலை நகர்த்துகிறான்
நான் ஒரு பாடலின் இசையை மீட்டுகிறேன்
அவன் ஒரு பாடலின் இசையை மீட்டுகிறான்

எனக்கு ஆச்சரியம்:
நான் என்னைப் பார்க்கும் கண்ணாடியா அவன்?
பின் நான் அவன் கண்களை நோக்குகிறேன்,
அவனைக் காணவில்லை
நான் அவசரமாகக் கோப்பிக் கடையை விட்டுச் செல்கிறேன்
நான் நினைக்கிறேன்: அவன் ஒரு கொலையாளியாக இருக்கலாம்
அல்லது அவன் ஒரு வழிப்போக்கனாகவும்
நானே கொலையாளியாகவும் இருக்கலாம்

•

திரை விழுகிறது

அரங்கத்தில் கைதட்டல் ஓயும்போது,
என் மார்பை நோக்கி
நிழல் சரியும்போது
கலிலீயின் முகத்திலிருந்து ஒப்பனை கலைகிறது.
ஆகவே, நான் விலகிச் செல்கிறேன்.

இன்றிரவு ஒரு படுகொலைபோல்
நான் என்னை நிர்வாணமாகப் பார்த்தேன்
என் நடிப்பு என் தந்தையின் மவ்வல்களிலிருந்து வேறுபட்டிருந்தது
என் நடிப்பு கலிலீப் பறவைகளுக்கு அந்நியமாய் இருந்தது
என் கை ஒரு விசிறியாய் இருந்தது
ஆகவே, நான் விலகிச் செல்கிறேன்

நெறியாளர் கேட்ட எல்லாவற்றுக்கும் என்னைப் பயிற்றினர்
அவரது பொய்யின் தாளத்துக்கு ஆடப் பயிற்றினர்
நான் களைத்துவிட்டேன்
என் வீரப் பழங்கதைகளைத்
துணிகாயும் கொடியில் தொங்கவிட்டேன்
ஆகவே, நான் விலகிச்செல்கிறேன்

உங்கள் பெயரால் நான் ஒப்புதல் செய்கிறேன்
இந்த நாடகம் பொழுதுபோக்குக்காவே எழுதப்பட்டது
விமர்சகர்களுக்குத் திருப்தி,
ஆனால் என் உடம்பில் செதுக்கப்பட்ட
மரியா மக்தலேனாவின் கண்கள்
கலிலீயின் வடிவில் இருந்தன
ஆகவே, நான் விலகிச் செல்கிறேன்

என் இரத்தமே,
அவர்களின் தூரிகை
லித்தாவின் ஓவியங்களைத் தீட்டுகின்றன
அதன் மை நீதான்

ஜஃபாதான் மத்தளங்களின் தோல்
என் எலும்புகள் நெறியாளரின் கையிலிருக்கும் தடி போன்றன
இருப்பினும் நான் சொல்கிறேன்:
ஐயா, நாளை என் நடிப்பை இன்னும் மேம்படுத்துகிறேன்
ஆகவே, நான் விலகிச் செல்கிறேன்

சீமாட்டிகளே,
சீமான்களே,
இருபது வருடங்கள் உங்களை மகிழ்வித்திருக்கிறேன்
இன்று நான் போவதற்கான நேரம் வந்துவிட்டது
இந்தக் கும்பலிலிருந்து தப்பிச் செல்ல,
கலிலீயில் சாத்தியமற்றதன் கூட்டில் வாழும்
பறவைகளுக்குப் பாடல் இசைக்க.
ஆகவே, நான் விலகிச் செல்கிறேன்
விலகிச் செல்கிறேன்
விலகிச் செல்கிறேன்...

●

(மவ்வல் ஒரு அராபிய நாட்டார் பாடல் வடிவம்)

நிலத்தின் கவிதை

எழுச்சி ஆண்டின் மார்ச் மாதத்தில்
தன் இரத்தத்தின் ரகசியத்தைப்
பூமி நமக்குச் சொன்னது
மார்ச் மாதத்தில்
அந்த ஆரம்ப பள்ளியின் கதவருகே
ஐந்து சிறுமிகள்
ஊதாச் செடியைக் கடந்து வந்தனர்
துப்பாக்கியைக் கடந்து வந்தனர்
தீயில் கருகி வீழ்ந்தனர்

ரோஜா மலர்களும் ஒத்திசையும் கொண்டு
மண்ணின் பாடலை அவர்கள் திறந்தனர்
பூமியின் இறுதி அணைப்பில் புகுந்தனர்
பூமியின் ஆழத்திலிருந்து,
சிறுமிகளின் நடனத்திலிருந்து
மார்ச் மாதம் நிலத்துக்கு வருகிறது
ஊதாச் செடிகள் சற்றே குனிந்தன
சிறுமிகளின் குரல்கள் தாண்டிச்செல்ல வசதியாக.
பறவைகள் அப்பாடலுக்குத் தம் அலகுகளை நீட்டின
என் இதயத்துக்கும் நீட்டின.

I

நான் இம் மண்ணுக்குப் பெயரிடுகிறேன்
அதை என் ஆன்மாவின் விரிவு என அழைக்கிறேன்
நான் என் கைகளுக்குப் பெயரிடுகிறேன்
அவற்றைக் காயங்களின் நடைபாதை என அழைக்கிறேன்
குறுணிக் கற்களுக்குச் சிறகுகள் எனப் பெயரிடுகிறேன்
பறவைகளுக்கு அத்தி எனப் பெயரிடுகிறேன்
என் விலா எலும்புகளுக்கு மரங்கள் எனப் பெயரிடுகிறேன்
என் மார்பின் அத்தி மரத்திலிருந்து

ஒரு கிளையை மெதுவாக இழுத்தெடுக்கிறேன்
ஒரு கல்லைப்போல் அதை வீசுகிறேன்
ஆக்கிரமிப்பாளரின் டாங்கியைப் பிளப்பதற்கு

2

முப்பது ஆண்டுகளுக்கும் ஐந்து யுத்தங்களுக்கும் முன்பு மார்ச் மாதத்தில் மினுங்கும் ஒரு கல்லறைப் புற்குவியலில் நான் பிறந்தேன். என் தகப்பன் பிரித்தானியரின் சிறைக் கைதி. என் தாய் தன்னையும் என் புல்வெளியையும் பராமரித்தாள். மலர்களை நான் அதிகம் விரும்பினேன்; என் பைகளை அவற்றால் நிரப்பினேன். மதியத்தில் அவை வாடிப்போயின. துப்பாக்கிச் சன்னங்கள் என் சந்திரனின் குறுக்கே பறந்தன; அது உடையவில்லை. ஆனால், காலப்போக்கில் என் சந்திரன் இதயத்துள் விழுகிறது.

மார்ச் மாதத்தில் நிலத்தில்
நாம் கால் நீட்டிப் படுத்துக்கிடக்கிறோம்
நிலம் நம்முள் பரவுகிறது
மாயம் நிறைந்த தினங்கள்
ஒரு எளிமையான கொண்டாட்டம்
நம் சன்னல்களின் கீழே நாம் கடலைக் கண்டுபிடித்தோம்
சைப்ரஸ் மரங்களுக்குமேலே நாம் நிலவைக் கண்டுபிடித்தோம்
மார்ச் மாதத்தில்
முதலாவது சிறைக்குள்ளும் முதலாவது காதலுக்குள்ளும்
நாம் நுழைகிறோம்
வேலி அடைக்கப்பட்ட கிராமத்தின்மேல்
நினைவுகள் சொரிகின்றன
அங்குதான் நாம் பிறந்தோம்

II

எனது நாடு: என் இதயம்போல் தொலைவில் இருக்கிறது
எனது நாடு: என் சிறைச்சாலைபோல் எனக்கு அண்மையில் இருக்கிறது
என் முகம் வேறோர் இடத்தில் இருக்கையில்
ஏன் பிறிதோர் இடத்தைப்பற்றிப் பாடவேண்டும்?
குங்குமப் பூவில் துயிலும் குழந்தைக்கு ஏன் பாடவேண்டும்?
தூக்கத்தின் இடைவெளியில் ஒரு குத்துவாள்
என் தாய் எனக்குப் பாலூட்டுகிறாள்
என் தாய் என் கண் எதிரிலேயே சாகிறாள்

3

மார்ச் மாதத்தில் குதிரைகள் துயில் கலைந்தன
என் பூமிப் பெண்ணே,
எனக்குப் பின்னர் எந்தப் பாடல்
உன் வயிற்று மடிப்புகளில் நடந்துசெல்லும்?
இந்தப் பனித்துளிக்கும் இந்த அகில் புகைக்கும்
பொருத்தமான பாடல் எது?
பலஸ்தீனத்தின் தீர்க்கதரிசிகள் பற்றியும்
தொடரும் அதன் தொடக்கம்பற்றியும்
ஆலயங்கள் கேட்டன
தூரத்துப் பசுமையும் கற்களின் செம்மையும் இதுதான்
இதுதான் எனது பாடல்
காயத்திலிருந்தும் காற்றிலிருந்தும் ஏசுவின் வெளியேற்றம்
அவரது ஆணிகளையும் எனது சங்கிலிகளையும்
மறைக்கும் மரங்கள்போன்ற பசுமை
இதுதான் எனது பாடல்
ஒரு அரபுச் சிறுவனின் கனவுக்கும்
ஜெருசெலேத்துக்குமான ஏறுபாதை இதுதான்

III

இருந்த நிலைக்கு நான் திரும்பியதுபோல
என் கண் எதிரில் நானே நடந்ததுபோல
விசாரணைக்கும் தீர்ப்புக்கும் இடையே
எனது நல்லிணக்கத்தை நான் உறுதிப்படுத்தினேன்
எளிய சொற்களின் புதல்வன் நான்
புவிப்படத்தின் உயிர்த்தியாகி நான்
தொடக்கத்திலிருந்து கலிலீவரை
சாத்தியமற்றதன் விளிம்பைப் பற்றியிருப்பவனே,
என் கைகளை எனக்குத் திருப்பித்தா
என் அடையாளத்தை எனக்குத் திருப்பித்தா

4

மேலும் மார்ச் மாதத்தில் பட்டுப்போன்ற நிழல்கள் வருகின்றன
(ஆக்கிரமிப்பாளரின் நிழல்கள் இல்லாமல்) சிறுமிகளின் வாக்குமூலங்கள்
போல மாயமாகப் பறவைகள் வருகின்றன... ஐந்து சிறுமிகள் தங்கள்

ஆடைகளுக்குள் ஒரு கோதுமை வயலை மறைத்து வைத்திருக்கிறார்கள். ஹேபோனின் திராட்சைத் தோட்டங்கள் பற்றிய பாடலின் முதற் சொற்களை அவர்கள் வாசிக்கிறார்கள். அவர்கள் ஐந்து கடிதங்கள் எழுதுகிறார்கள்: எனது நாடு நீடு வாழ்க... ஒரு ஆரம்ப பள்ளியின் கதவருகே ஐந்து சிறுமிகள் கண்ணாடிபோல் உடைந்து நொறுங்குகிறார்கள்

அவர்களே நாட்டின் இதயக் கண்ணாடிகள்
மார்ச் மாதத்தில் பூமி
தன் பூக்களுக்கு நெருப்புவைக்கிறது

IV

நானே படுகொலையின் சாட்சி
நானே நிலப்படத்தின் பலியாள்
நானே எளிய சொற்களின் புதல்வன்
...

5

மார்ச் மாதத்தில் நாம் நினைவுகளால் பீடிக்கப்படுகிறோம். எல்லாத் தொடக்கங்களையும் நோக்கி நம்மீது தாவரங்கள் வளர்கின்றன. நினைவுக் குறிப்புகளின் வளர்ச்சிதான் இது. சன்சலாக்த் மரத்தினமீது நான் ஏறியதை நினைவுகூர்கிறேன். முப்பது வருடங்களுக்கு முன்பு கடலருகே ஒரு சிறுமியைக் கண்டபோது சொன்னேன்: நான்தான் அலைகள். அவள் ஞாபகத்தில் மறைந்துபோனாள். இரண்டு உயிர்த் தியாகிகள் கடலுக்குச் செவிமடுப்பதை நான் பார்த்தேன். அக்றே அலைகளுடன் வருகிறது. அக்றே அலைகளுடன் பிரிந்துசெல்கிறது. அவர்கள் நினைவில் மறைந்துபோயினர். கதீஜா பனித்துளியை நோக்கிக் குனிந்தாள், நான் எரிந்தேன்.
கதீஜா கதவை மூடாதே! தேசங்கள் இந்தப் புத்தகத்துள் பிரவேசிக்கும்,
ஜெரிக்கோவின் சூரியன் சடங்குகள் அற்று மறையும்,
ஓ, தீர்க்கதரிசிகளின் தேசமே: உன் பணி நிறைவுறுக!
ஓ, விவசாயிகளின் தேசமே: உன் பணி நிறைவுறுக!
ஓ, உயிர்த்தியாகிகளின் தேசமே: உன் பணி நிறைவுறுக!
ஓ, அகதிகளின் தேசமே: உன் பணி நிறைவுறுக!

மலைகளிலுள்ள எல்லா நடைபாதைகளும் இந்தப் பாடலின் விரிவாக்கங்களே. உன்னுள் இருக்கும் எல்லாப் பாடல்களும் என்னைப் போர்த்தியுள்ள ஒலிவ மரத்தின் விரிவாக்கங்களே.

V

ஒரு சிறிய மாலைப்பொழுது
ஒரு புறக்கணிக்கப்பட்ட கிராமம்
தூங்கும் இரு விழிகள்
முப்பது ஆண்டுகள்
ஐந்து யுத்தங்கள்
காலம் எனக்காக ஒரு கோதுமைத் தாழை
மறைத்துவைக்கிறது
பாடகன் பாடுகிறான்
நெருப்பையும் அந்நியர்களையும் பற்றி
மாலைப் பொழுது மாலைப் பொழுதாக இருந்தது
பாடகன் பாடிக்கொண்டிருந்தான்
அவர்கள் அவனை விசாரித்தனர்
ஏன் பாடுகிறாய்?
அவர்கள் அவனைக் கைதுசெய்கையில்
அவன் சொன்னான்:
ஏனெனில் நான் பாடுகிறேன்

அவர்கள் அவனில் தேடுதல் நடத்தினர்
அவனது மார்பில் அவனது இதயம் மட்டும்
அவனது இதயத்தில் அவனது மக்கள் மட்டும்
அவனது குரலில் அவனது துயரம் மட்டும்
அவனது துயரத்தில் அவனது சிறைச்சாலை மட்டும்
அவனது சிறைச்சாலையில் அவர்கள் தேடினர்
சங்கிலியில் பிணைக்கப்பட்டிருந்த தங்களையே
அங்கு கண்டனர்
...

6

கதீஜா, எனது தரிசனத்தை நான் பார்த்திருக்கிறேன்
என் தரிசனத்தை நான் நம்புகிறேன்
அவள் தன் தொலைவுக்குள் என்னைக் கொண்டுசெல்கிறாள்
அவள் தன் காதலுக்குள் என்னைக் கொண்டுசெல்கிறாள்
நானே நித்திய காதலன், வெளிப்படையான சிறைக்கைதி

தோடை என் பசுமையைச் சுவீகரித்துக்கொள்கிறது
தோடை ஜஃபாவின் வருத்தும் சிந்தனையாகிறது

கதீஜாவை நான் அறிந்திருப்பதால் நானே நிலம்
அவர்களுக்கு என்னைத் தெரியாது
ஆகவே, அவர்கள் என்னைக் கொலைசெய்யக் கூடும்

．．．．．．．．．

இந்த மண் எனது சொந்தம்
இந்த முகில் எனது சொந்தம்
கதீஜாவின் நெற்றி எனது
நானே நித்திய காதலன்,
வெளிப்படையான சிறைக்கைதி

அதிகாலையில் நிலத்தின் மணம் என்னை எழுப்பிவிடுகிறது
எனது இரும்புச் சங்கிலி
முன் மாலைப் பொழுதில் நாட்டை எழுப்பிவிடுகிறது
இது ஒரு புது வாழ்வுக்குள் போவதற்கான வெளியேற்றம்
ஒருவரின் சொந்தம் ஒருவரின் வாழ்வுபற்றியதல்ல
நாடு பற்றியது
அது எழுச்சிபெற்றுள்ளதா?

பூமியே, என் குழந்தையே!
அவர்களுக்கு உன்னைத் தெரியுமா உன்னைக் கொல்வதற்கு?
எமது குளிர்காலக் காயத்துக்குள் உன்னை இழுத்துவருவதற்கு
எமது கனவுகளால் அவர்கள் உன்னைப் பிணைத்தார்களா?
அவர்களுக்கு உன்னைத் தெரியுமா உன்னைக் கொல்வதற்கு?
அவர்களது கனவுச் சங்கிலி
நமது வசந்தகாலக் கனவுகளை நோக்கி இழுத்தனவா?

நானே நிலம்:
கோதுமை விதையை நோக்கிச் செல்பவனே,
அதன் தொட்டிலில் என் உடலை உழுதுவிடு
நெருப்பு மலைக்குப்[2] போபவனே
என் உடலைக் கடந்து செல்
ஜெருசெலேம் பாறைக்குச்[3] செல்பவனே
என் உடலைக் கடந்து செல்
உன்னால் கடக்க முடியாது

என் உடலைக் கடந்து செல்பவனே
நானே உடலில் உள்ள நிலம்
நீ கடந்துசெல்ல முடியாது

நானே விழிப்படையும் நிலம்
நீ கடந்துசெல்ல முடியாது
நீ கடந்துசெல்ல முடியாது

நானே நிலம்
ஆனால் அது விழிப்படைகையில்
நிலத்தின்மீது நடக்கும் நீ
கடந்துசெல்ல முடியாது
நீ கடந்துசெல்ல முடியாது
●

(இக்கவிதை பலஸ்தீன மக்கள் 1976 முதல் ஆண்டுதோறும் மார்ச் மாதம் 30ம் நாள் நினைவுகூரும் நிலத்தின் நாள் (Day of the Land) பற்றியது. அவ்வாண்டில் மாணவர்களின் ஆர்ப்பாட்டத்தின் போது இஸ்ரேல் ராணுவம் சுட்டதில் ஐந்து சிறுமிகள் கொல்லப்பட்டனர். இந்நெடுங்கவிதை அவர்கள் நினைவாக எழுதப்பட்டது)

1 சன்சலக்த் மரம் – பலஸ்தீனில் உள்ள பெரிய வகை மரங்களுள் ஒன்று (melia azedarach)
2. நெருப்பு மலை – நெபுலஸ் நகரையும் அதைச் சற்றியுள்ள கிராமங்களையும் குறிப்பது
3. ஜெருசெலேம் பாறை – ஜெருசெலேத்திலுள்ள ஒரு இஸ்லாமிய புனிதஸ்தலம்

இரவில் கேட்கும் காலடி ஓசைகள்

எப்போதும் இரவில்
அண்மித்துவரும் காலடி ஓசைகளைக் கேட்கிறோம்
எப்போதும்,
பிரிந்துசெல்லும் மேகங்களைப்போல
கதவு எம் அறையைவிட்டும் பின்வாங்கிச் செல்கிறது

உனது நீல நிழல் ஒவ்வொரு இரவிலும்
அதை என் கட்டிலில் இருந்து துரத்துவது யார்?
காலடிகளே வருக,
உங்கள் கண்களே நாடுகள்,
உங்கள் கைகள் எனது உடலைச் சுற்றியுள்ள ஒரு தடை.
காலடிகளே வருக
ஓ ஷஹ்ர்சாத்,
என்னைப்போலிருக்கும் நிழல் ஏன் தப்பிச் செல்கிறது?
காலடிகளே வருக, உள் நுழையாதீர்.

நீ ஒரு மரமாக இரு
நான் உன் நிழலைப் பார்க்கலாம்
நீ ஒரு நிலவாக இரு
நான் உன் நிழலைப் பார்க்கலாம்
நீ ஒரு குத்துவாளாக இரு
உனது நிழலை நான் எனதில் பார்க்கலாம்,
சாம்பலில் ஒரு ரோஜா.
எப்போதும்
இரவில் அண்மித்துவரும்
காலடி ஓசைகளைக் கேட்கிறேன்
நீயே நான் நாடுகடத்தப்பட்ட இடங்களாகிறாய்
நீயே என் சிறைகளாகிறாய்
முற்றுமுழுதாக
என்னைக் கொல்ல முயற்சிசெய்
அண்மித்துவரும் காலடிகளால்
என்னைக் கொல்லாதே.

நான் உன்னைக் காதலிக்கிறேன் போலும்

நாம் ஏன் இந்த நெடும் பயணத்துக்கு முயல்கிறோம்?
உனது கண்கள் கடலை எனக்குத் தடைசெய்தபோது
மணல் நம்முள் தீப்பற்றிக்கொண்டபோது
நாம் ஏன் முயல்கிறோம்
நாம் சொல்லாத வார்த்தைகள்
நம்மைத் துரத்துகின்றன...
எல்லா நாடுகளும் கண்ணாடிகள்
எல்லாக் கண்ணாடிகளும் கல்
பின் நாம் ஏன் இந்த நெடும் பயணத்துக்கு முயல்கிறோம்?

இங்கு அவர்கள் உன்னைக் கொன்றனர்
இங்கு அவர்கள் என்னைக் கொன்றனர்
இங்கு ஆற்றுக்கும் கொடிய யுத்தத்துக்கும் நீதான் சாட்சி
நதி களைத்துப்போகாது,
பேசாது,
வலியை உணராது.
ஒவ்வொரு நாளும் நமக்கு ஒரு பிணம்
ஒவ்வொரு நாளும் அவர்களுக்குப் பதக்கங்கள்.

இங்கு நதி நமக்கிடையே காவல் இருந்தது
இரண்டு கரைகளையும் இரட்டையராக்கியது
தூரத்தை அண்மையாக்கியது
அண்மையைத் தூரமாக்கியது
ஒரு காவல் வேண்டும்
நமக்கிடையே ஒரு காவல் வேண்டும்
தண்ணீர் இரண்டு உடல்களைப் பிரிப்பதுபோல
இரண்டு உடல்களின் இரத்தத்தைப் பிரிப்பதுபோல
இங்கு நாம் இரண்டு கரைகளாக இருந்தோம்
இங்கு நாம் இரண்டு உடல்களாக இருந்தோம்
எல்லா நாடுகளும் கண்ணாடிகள்

எல்லாக் கண்ணாடிகளும் கல்
ஏன் நாம் இந்த நெடும் பயணத்துக்கு முயல்கிறோம்?

எல்லா மலைகளும் அழிந்துவிட்டன போன்றிருந்தது
நான் உன்னைக் காதலிப்பது போலும் இருந்தது
பொருட்களாலும் சனங்களாலும்
ஃபிரான்ஸ் விமான நிலையத்தில் நெரிசல்.
எல்லாப் பொருட்களும் சட்டபூர்வமானவை
என் உடலைத் தவிர
ஓ... ஓ உன் கண்களுக்குப் பின்னால் நீ ... ஓ என் நாடு.

பின்னடைவு முன்னேறுவதாக நான் நம்பிக்கொண்டிருந்தேன்
மண்ணைப் பாதுகாப்பதாகக் குற்றம் சாட்டப்பட்ட
என் டமாசீன் வாளை நான் தொலைத்துவிட்டேன்
கிலாபத்தின் சந்நிதானத்தில்
என் வாளுக்கு ஒரு செல்வாக்கும் இருக்கவில்லை
அதனால் அவர்கள் என்னைக் குற்றம் சாட்டினர்
அவர்கள் என்னைக் கோபுரத்தில் தூக்கிலிட்டுவிட்டு
விருந்தினர் மாளிகையைத் திருத்தச் சென்றுவிட்டனர்

உண்மையில் நான் உன்னைக் காதலிக்கிறேன் போலும்
ஆகவே ஒரு காற்றை என் இடுப்பைச் சுற்றிக் கட்டினேன்
நீதான் காற்றாகவும் நீதான் சிறகாகவும் இருந்தாய்
உன்னைத் தூரத்து வான்வெளி எங்கும் தேடினேன்
நான் கனவுகண்டுகொண்டிருந்தேன்
–அந்தக் கனவு அவளைப்போன்ற ஒரு உருவத்தில் இருக்கிறது
ஒரு மரத்திலிருந்த குதிரைக்காக
நான் பயனற்றுப் பாடிக்கொண்டிருந்தேன்
பூமியின் முடிவில் கடல் என்னைத் திரும்பக் கொண்டுவந்தது
எல்லா நாடுகளும் கண்ணாடிகள்
எல்லாக் கண்ணாடிகளும் கல்
ஏன் இந்த நெடும் பயணத்துக்கு முயல்கிறோம்?

என் உதடுகளைவிட நீ அண்மையில் இருக்கிறாய்
வந்துசேராத ஒரு முத்தத்திலிருந்து நீ தொலைவில் இருக்கிறாய்
நான் உன்னைக் காதலிக்கிறேன் போலும்
பயணப் புறப்பாடு உன் உடலின் தெருக்களில் செல்ல
என்னைத் தூண்டிக்கொண்டிருந்தது
ஆகவே என் மௌனத்தை உன் இதழ்களில் விட்டுச் செல்கிறேன்
என் குரலை கட்டிடச்சாரத்தின் படிக்கட்டுகளில் விட்டுச்செல்கிறேன்

நான் உன்னைக் காதலிக்கிறேன் போலும்
பயணப் புறப்பாடு உன் உடலின் தீவுகளில்
என்னை மறைத்துவைக்கிறது,
லில்லி மலரின் வாயில்
என்னை மறைத்துவைக்கிறது

என் காலத்தை மறுசீரமை
அப்போதுதான் நான் பயனற்று எங்கு சாவது என்று எனக்குத் தெரியும்
–உயிர்த்தியாகிகள் அற்று ஒரு நாள் கழிந்தது
என் குரலை மறுசீரமை
ஒரு பாடகனுக்காக
அவனது படத்தைப் பெண்கள் வரைகின்றனர்
அவனது குரல் அவர்களால் பறிமுதல் செய்யப்பட்டது
 –கவிஞர்கள் அற்று   ஒரு நாள் கழிந்தது–
இரண்டு வெற்றிடங்களுக்கிடையே நான் உன்னை நோக்கி
நடக்கிறேன்
உனக்குள்ளும் நடக்கிறேன்
நான் பார்க்காத ஒரு விந்தணுவிலிருந்து நான் பிறந்தேன்
என் பிணத்திலும் நிலவிலும் நான் விளையாடுகிறேன்
ஏன் இந்த நெடும் பயணத்துக்கு முயல்கிறோம்?
எல்லா நாடுகளும் கண்ணாடிகள்
எல்லாக் கண்ணாடிகளும் கல்
பின் நாம் ஏன் இந்த நெடும் பயணத்துக்கு முயல்கிறோம்?
●

மலையடிவாரத்தில் குதிரைகள் கனைக்கின்றன

மலையடிவாரத்தில் குதிரைகள் கனைக்கின்றன
ஒன்றில் ஏறுவதற்கு அல்லது இறங்குவதற்கு

என் சீமாட்டியிடம் என் புகைப்படத்தைக் கொடுக்கிறேன்
நான் இறந்த பிறகு சுவரில் கொழுவுதற்காக
அவள் கேட்டாள் 'அதற்கென்றொரு சுவர் உண்டா?'
நான் சொன்னேன் 'அதற்கென்றொரு சுவரைக் கட்டுவோம்'
'எங்கே எந்த வீட்டில்?'
நான் சொன்னேன்: 'அதற்கென்றொரு வீட்டைக் கட்டுவோம்'
'எங்கே? எந்தப் புகலிடத்தில்?'
நாங்கள் சத்தமிட்டோம்
பாடல் பரகசியமாயிற்று

மலையடிவாரத்தில் குதிரைகள் கனைக்கின்றன
ஒன்றில் ஏறுவதற்கு அல்லது இறங்குவதற்கு

ஒரு முப்பது வயதுச் சீமாட்டிக்கு
அவளது குதிரைவீரனின் படத்துக்குச் சட்டமிட
ஒரு நிலம் தேவையா?

கடினமான அந்த மலைச் சிகரத்தை என்னால் அடைய முடியுமா?
மலையடிவாரம் ஒரு பாதாளக் கிடங்கு
அல்லது முற்றுகைக்குள்ளானது
மேலும் பாதையின் மையம் ஒரு திருப்பு முனை
ஆ, ஓர் உயிர்த் தியாகி பிறிதொரு உயிர்த் தியாகியைக்
கொல்லும் பயணம்

என் புகைப்படத்தை என் சீமாட்டியிடம் கொடுக்கிறேன்
உனக்குள் ஒரு புதிய குதிரை கனைக்கும்போது
என் புகைப்படத்தைக் கிழித்து வீசு

மலையடிவாரத்தில் குதிரைகள் கனைக்கின்றன
ஒன்றில் ஏறுவதற்கு
அல்லது ஏறுவதற்கு
●

இயலும்போதெல்லாம் வாழ்வை நேசிக்கிறோம்

எம்மால் இயலும்போதெல்லாம்
நாம் வாழ்வை நேசிக்கிறோம்
நடனம் செய்கிறோம்
ஒரு மினராவைக் கட்டி எழுப்புகிறோம்
அல்லது இரண்டு உயிர்த் தியாகிகள் மத்தியில்
வளரும் ஊதாச் செடிகளுக்காக
ஈத்த மரங்களை வளர்க்கிறோம்
எம்மால் இயலும்போதெல்லாம்
நாம் வாழ்வை நேசிக்கிறோம்.

எங்கள் பயணத்துக்காக
ஒரு வானத்தையும் ஒரு வேலியையும் நெய்ய
பட்டுப் பூச்சியிடம் ஒரு நூலைத் திருடுகிறோம்
ஒரு அழகிய நாளைப்போல்
பாதையில் நடந்துசெல்ல
மல்லிகைக்கு நம் தோட்டத்து வாயிலைத்
திறந்துவிடுகிறோம்
எம்மால் இயலும் போதெல்லாம்
நாம் வாழ்வை நேசிக்கிறோம்.

நாம் எங்கெல்லாம் குடியமர்கிறோமோ
அங்கெல்லாம் விரைந்து வளரும்
தாவரங்களை வளர்க்கிறோம்
நாங்கள் எங்கெல்லாம் குடியமார்கிறோமோ
அங்கெல்லாம் ஒரு கொலையுண்ட மனிதனை
அறுவடை செய்கிறோம்
தூரத்து, வெகு தூரத்து நிறத்தினை
நாம் புல்லாங் குழலில் இசைக்கின்றோம்
ஒரு குதிரைக் கனைப்பின் வழியில்
நாம் தூசியைச் சுவாசிக்கிறோம்

மேலும் கற்களின் வடிவில்
எங்கள் பெயர்களை எழுதுகிறோம்
மின்னல் எங்களுக்காக
இரவைப் பிரகாசமாக்குகின்றது
இரவைச் சிறிது பிரகாசமாக்குகின்றது
எம்மால் இயலும்போதெல்லாம்
நாம் வாழ்வை நேசிக்கிறோம்.

●

சிறைக்கூடத்துக்குச் சுவர்கள் இல்லை

வழக்கம்போல் என் சிறைக்கூடம்
மரணத்திலிருந்து,
என் மதிநுட்பம் துருப்பிடிப்பதிலிருந்து,
நான் ஒரு பயனற்ற எண்ணத்தால் ஏமாற்றப்படுவதிலிருந்து
என்னைக் காப்பாற்றியது.
என் விடுதலையின் முகத்தை,
தோடைத் தோட்டத்தை,
நேற்று யுத்தகளத்தில்
தங்கள் பெயர்களை இழந்தவர்களின் பெயர்களை
அதன் கூரைத் தடுப்பில் நான் கண்டேன்.

இனி நான் ஒப்புதல் வாக்குமூலம் அளிக்கலாம்...
ஒப்புதல் வாக்குமூலம்தான் எவ்வளவு அழகியது!
ஞாயிற்றுக் கிழமைகளில் துன்பம் அடையாதே,
ஆனால் கிராமத்தவருக்குச் சொல்:
திருமண விருந்தை அடுத்த ஆண்டுத் தொடக்கம்வரை
நாம் ஒத்திவைத்திருக்கிறோம்

என் பிடியிலிருந்து பறவைகள் தப்பிச் செல்கின்றன
நட்சத்திரம் என்னிலிருந்து விலகிச் செல்கிறது
நடனமாடுவோரின் எண்ணிக்கை குறைகிறது
தன் காலத்துக்கு முன்பே உன் குரல் தளர்கிறது
இருப்பினும் என் சிறைக்கூடம்
வழமைபோல்
மரணத்திலிருந்து என்னைக் காப்பாற்றியிருக்கிறது
எனது சிறைக்கூடம் —
அதன் கூரைத் தடுப்பில்
என் விடுதலையின் முகத்தைக் கண்டேன்
அதன் சுவருக்குமேலே உன் நெற்றி ஒளிர்கிறது

ஓ அப்துல்லா

தூக்கிலிடுவோனிடம் அப்துல்லா சென்னான்:
சொற்களும் எதிரொலிகளுமே என் உடல்
இடிமுழக்கம் அதற்குள் அமுங்கிப்போயிற்று
கத்தியின்மீது விழும் மின்னலின் வெளிச்சமும் அப்படியே
ஆளுநர் வலியவர்
வாழ்வும் வலியது
தூக்கிலிடுவோனே, இப்போது நீயும் வலியவன்
கடவுள் பிறந்தார்...
பொலிஸ்காரரும் வெளியே வந்தனர்!

இறந்தவன், பொதுவாக உலாவச் செல்வதில்லை
ஆனால், என் நண்பன்
அவளால் ஆசையூட்டப்பட்டான்
ஒவ்வொரு மாலை நேரத்திலும்
ஒவ்வொரு வெடிப்பிலிருந்தும்
ஒரு மரக்கிளைபோல் அவனது உடல் அசைந்தாடும்
அப்துல்லா உள்ளேவர
நான் என் ஜன்னலைத் திறந்துவைப்பேன்
அவன் தீர்க்தரிசிகளையும் தன்னுடன் அழைத்துவரக்கூடும்

அப்துல்லா ஒரு வயல், ஒரு மதிய வெப்பம்
மவ்வல்களில் அவன் நன்றாக இணைந்து பாடுவான்
கிழக்கே பக்தாத்திலிருந்து
மேற்கே சிரியா வரை
மவ்வல்கள் பரவிக்கிடக்கும்
குடாநாட்டிலும் ஒலிக்கும்.
ஒரு மரத்தாலான வாளை,
ஒரு கற்றைக் கூந்தலை முத்தமிட்டு
ஒரு மவ்வலின்போது
அவர்கள் அவனை வியப்பில் ஆழ்த்தினர்

அப்போது அவர்கள் கூறினர்:
இந்த இசை நாம் வழிபடும் வீரமரபுக் கதைகளில்
புதைக்கப்பட்ட ஒரு கண்ணிவெடி.
அப்துல்லா சொன்னான் :
சொற்களும் எதிரொலிகளுமே என் உடல்
வாழ்வும் அத்தகையதே
தூக்கிலிடுவோனே, இப்போது நீயும் வலியவன்
கடவுள் பிறந்தார் -
பொலிஸ்காரர்களும் வெளியே வந்தனர்...

இறந்தவன் பொதுவாக வேலைசெய்வதில்லை
ஆனால், என் நண்பனிடம்
நிலவுகளைச் சேற்றில்போடும் பழக்கம் இருந்தது
வானத்தை நிலத்தில் நடும் பழக்கம் இருந்தது
நான் என் ஜன்னலைத் திறந்துவைப்பேன்
சுதந்திரமாக, கட்டற்று அப்துல்லா உள்வரக்கூடும்

அப்துல்லா ஒரு வயலாக இருந்தான்
மதிய வெப்பம், ஒடுங்கிய நிழல், பழுப்பு நிறத் தோற்றம்
இவற்றைத் தவிர தன் மூதாதையரிடமிருந்து
அவன் எதையும் முதுசமாகப் பெறவில்லை
மவ்வலின் மொழி மட்டுமே அப்துல்லாவுக்குத் தெரியும்
மவ்வல் லைலாவிலிருந்து செய்யப்பட்டது
லைலா எங்கே?
மதிய வெப்பத்தில் அவன் அவளைக் காணவில்லை
மவ்வல் லைலாவின் பாதங்களில் ஓடுகிறது
மவ்வல் சிறிய நிழல் வட்டத்திலிருந்து துள்ளுகிறது
பின் கிழக்கே சனாவிலிருந்து
மேற்கே ஹோம்ஸ்வரை பரவுகிறது
குடாநாட்டிலும் ஒலிக்கிறது

லைலா எங்கே?
அப்துல்லா மவ்வலுடன் ஓய்வாகப் படுத்திருப்பான்
மவ்வல்கள் தடைசெய்யப்பட்டவை
தூக்கிலிடுவோன் சொல்கிறான்:
மவ்வல் நாம் வழிபடும் வீரமரபுக் கதைகளில்
புதைக்கப்பட்ட கண்ணிவெடி...
    மதிய வெப்பத்தின் உச்சத்தில்
    அப்துல்லாவின் தலை தொங்கியது

ஓ... அப்துல்லா
மாலைப் பொழுதுகள் இப்போது இறந்தோர் அற்றுள்ளன
நீ இப்போது தீர்வுகளின் தீர்வாய் இருக்கிறாய்

ஓ.. அப்துல்லா
பெயர்கள் உடல்கள்தான்
குறியீடுகள்
பருவகாலங்கள்தான்

ஓ... அப்துல்லா
தற்காலிக மலர்களுக்கு நிறமும் இல்லை வடிவமும் இல்லை

ஓ... அப்துல்லா
நீ சொல்வது எதுவும் எனக்கு நினைவில்லை

ஓ... அப்துல்லா
நீ சொல்வது பூமிக்கும் கேட்பதில்லை
லைலாவுக்கும் கேட்பதில்லை
ஈச்சைமர நிழலுக்கும் கேட்பதில்லை
கடவுள் பிறந்தார்
ஆளுனரின் பொலிஸ் வெளியே வந்தது
பத்து லட்சம்பேர் கொல்லப்பட்டனர்
●

(இக்கவிதையில் அப்துல்லா குறிப்பாக யாரையும் சுட்டவில்லை. இது மிகப் பரவலாகப் பயன்படும் ஒரு அரபு இயற்பெயர். மவ்வல் - அராபிய நாட்டுப்பாடல் வடிவம்)

கடலுக்கு ஒரு வானம்

கடலுக்கு ஒரு வானம்,
வண்ணத்துப்பூச்சியின் மகள்
ஒரு தாயை வரைவதற்காக ஒரு வானம்,
ஒரு கதிரைக்கு ஒரு வானம்.

மல்லிகை மிகப் பிந்திவந்தாலும்கூட
நான் என்னுடனேயே ஒரு உடன்பாட்டுக்கு வருகிறேன்.
ஞாயிற்றுக்கிழமையுடன் நான் ஒரு உடன்பாட்டுக்கு வருகிறேன்.

உன் கையிலிருந்து நான் நதியை எடுத்துவிடுவேன்,
அப்போது அது நிர்வாணமாக இருக்கமுடியும்.
ஒளிக்கதிர்கள் எவ்வாறு ஒரு உடலாகின்றன
என்பதையும் நான் கற்றுக்கொள்வேன்.

கடைசி ஒளியை
உன் கையில் ஒரு பையனைப்போல் அமரச்செயவதற்காக
உன்னிலிருந்து நான் என் கையை எடுத்துவிடுவேன்.

கடலுக்காக ஒரு வானமும்,
தோட்டச் சுவருக்காக ஒரு கடலும்.
இந்தப் பகல் ஒளிதான் என் திருமணக் கட்டில்.

புறாக்கள் படைவீரர்களின் தோள்பட்டிகளில் அமர்கின்றன,
சூரியனில் ஒரு துண்டை எடுப்பதற்காக
ஒரு பெண் தன் காதலனிடமிருந்து தன்னை விடுவித்துக்கொள்கிறாள்.

நான் ஒருபோதும் உன்னைக் காதலித்திராத வகையில்
இன்று உன்னைக் காதலிக்கிறேன்,
மல்லிகையின் அலையிலிருந்து நான் நுரையை அகற்றுகிறேன்.

அமைதியான சமாதானத்தைவிட உலகில் வேறேதும் உண்டா?
மக்களின் மகிழ்ச்சியைவிட வேறேதும் உண்டா?
நான் என்னுடன் ஒரு உடன்பாட்டுக்கு வருகிறேன்.

அத்தகைய ஒரு நாளில் வெள்ளிப் பறவைகள் சாகக்கூடுமா,
யாராவது சாவார்களா?

உயிர்த் தியாகிகள் தூங்கச் செல்லும்போது

உயிர்த் தியாகிகள் தூங்கச் செல்லும்போது
கூலிக்கு மாரடிப்போரிடமிருந்து அவர்களைப் பாதுகாப்பதற்காக
நான் விழித்திருக்கிறேன்.

நான் அவர்களுக்குச் சொல்கிறேன்:
நீங்கள் ஒரு புதிய நாட்டில் விழித்தெழுவீர்கள் என்று நம்புகிறேன்
அங்கு முகில்களும், மரங்களும், கானலும், நீரும் இருக்கும்

நம்பமுடியாத நிகழ்விலிருந்து,
படுகொலையின் உபரி மதிப்பிலிருந்து
அவர்கள் பாதுகாப்பாய் இருப்பதையிட்டு
நான் அவர்களைப் பாராட்டுகிறேன்.

நான் காலத்தைத் திருடுகிறேன்
ஆகவே அவர்கள் என்னைக் காலத்திலிருந்து இழுத்தெடுக்க முடியும்
நாம் எல்லோரும் உயிர்த்தியாகிகளா?

நான் குசுகுசுக்கிறேன்: நண்பர்களே,
ஒரு சுவரைத் துணிக்கொடி கட்டுவதற்கு விட்டுவையுங்கள்,
ஒரு இரவைப் பாடுவதற்கு விட்டுவையுங்கள்

நீங்கள் விரும்பும் இடத்தில் உங்கள் பெயர்களைத் தொங்கவிடுவேன்,
ஆகவே சற்றுத் தூங்குங்கள்
புளித் திராட்சையின் ஏணிப்படியில் தூங்குங்கள்

உங்கள் காவலரின் குத்துவாளிலிருந்து
நான் உங்கள் கனவுகளைப் பாதுகாப்பேன்
தீர்க்கதரிசிகளுக்கு எதிரான புத்தகத்தின் சதியிலிருந்து
நான் உங்களைப் பாதுகாப்பேன்

இன்றிரவு தூங்கச் செல்கையில்
பாடல் இல்லாதவர்களின் பாடலாய் இருங்கள்

நான் உங்களுக்குச் சொல்கிறேன்:
நீங்கள் ஒரு புதிய தேசத்தில் விழித்தெழுவீர்கள் என்று நம்புகிறேன்
ஆனால், அதை ஒரு பாய்ந்து செல்லும் பெண் குதிரைமீது வையுங்கள்

நான் குசுகுசுக்கிறேன்: நண்பர்களே,
நீங்கள் எம்மைப்போல் ஒருபோதும் இனந்தெரியாத
தூக்குமேடையின்
சுருக்குக் கயிறாக இருக்கமாட்டீர்கள்.

•

நாம் இழந்தோம்

நாம் இழந்தோம்
ஆனால் காதல் எதையும் பெறவில்லை
ஏனெனில் காதலே நீ ஒரு கெட்டழிந்த பிள்ளை

வானத்தின் ஒரே கதவை, நாம் சொல்லாத வார்த்தைகளை
நீ நொறுக்கினாய் பின் எங்கோ தொலைந்துபோனாய்

நான் இன்று பார்க்காத பூக்கள் எத்தனை
சங்கிலியால் பிணைக்கப்பட்ட மனிதனின்
இதயத் துயரத்தைப் போகவிடாத வீதிகள் எத்தனை
எத்தனை பெண்களின் ஆண்டுகள்
நாம் காணமுடியாத இடங்களில்
குதிரைகள்போல் கனைக்க நம்மைக் கடந்துசென்றன

நாம் தூங்கும்போது நம்மிடம் வந்த பாடல்கள் எத்தனை
ஒரு தலையணையில் ஓய்வெடுக் கீழிறங்கி வந்த நிலவுகள் எத்தனை
நாம் வெளியே சென்றிருக்கையில்
நம் கதவைத் தட்டிய முத்தங்கள்தான் எத்தனை

நாம் வேலைசெய்யும்போது பாறைகளில் ரொட்டியைத்
தேடும்போது
நம் தூக்கத்தில் நாம் இழந்த கனவுகள்தான் எத்தனை
ஒத்திவைக்கப்பட்ட ஒரு நாளில்
நம் சங்கிலிகளுடன் நாம் விளையாடிக்கொண்டிருக்கையில்
நம் சன்னல்களைச் சுற்றிவந்த பறவைகள்தான் எத்தனை

நாம் இழந்தவை எவ்வளவோ
ஆனால் காதல் எதையும் பெறவில்லை
ஏனெனில் காதலே நீ ஒரு கெட்டழிந்த பிள்ளை

செவ்விந்தியன் பேசுகிறான்

1

நாங்கள் நாங்களாக இருக்கிறோம்
மிசிசிப்பி பெருகிச் செல்வதுபோல...
நேற்று எஞ்சியது எதுவோ
அது இன்னும் நமதே
ஆனால் வானத்தின் நிறம் மாறிவிட்டது
கிழக்கின் கடல் மாறிவிட்டது
ஓ வெள்ளை எஜமானே,
குதிரைகளின் இரட்சகனே,
இரவு வனங்களை நோக்கிச் செல்வோரிடமிருந்து
உனக்கு என்ன வேண்டும்?

எமது புல்வெளிகள் புனிதமானவை
எமது ஆன்மாக்கள் அகத்தூண்டல் பெற்றவை
நட்சத்திரங்கள் மினுங்கும் சொற்களே
உனது கண்களை நீ உயர்த்த முடிந்தால்
முதலிலிருந்து முடிவுவரை
எமது கதை அங்கு தெளிவாக இருப்பதை நீ காண்பாய்

தண்ணீருக்கும் நெருப்புக்கும் இடையில் பிறந்தோம்
நியாயத் தீர்ப்பு நாளின் பின்னர்
ஒரு நீலக் கரையில் மேகங்களில் மறுபிறப்பெடுத்தோம்

இனியும் புற்களைக் கொல்லாதே
எம்முள் அதற்கொரு ஆன்மா உள்ளது
உலகின் ஆன்மாவுக்கு அது புகலிடம் அளிக்கும்

குதிரைகளை அடக்கிப் பழக்குபவனே,
நீ எமது மரங்களை வஞ்சித்தமைக்காக
இயற்கையின் ஆன்மாவிடம் மன்னிப்புக்கோர
உன் குதிரைக்குக் கற்றுக்கொடு
ஓ சகோதரி மரமே

உன்னை அவர்கள் சித்திரவதை செய்திருப்பதைப்பார்
என்னை அவர்கள் சித்திரவதை செய்திருப்பதைப்பார்
யாருடைய கோடரி உன் தாயையும் என் தாயையும் வீழ்த்தியதோ
அந்த மரம்வெட்டிக்காக
ஒருபோதும் மன்னிப்புக் கோராதே

2

வானத்துக்கும் மரங்களுக்கும் இடையே
ஆன்மாக்கள்போல் சுதந்திரமாக அலையும்
பண்டைய சொற்களை
வெள்ளையன் ஒருபோதும் புரிந்துகொள்ள மாட்டான்

இந்தியாவைக் கண்டுபிடிக்க கொலம்பஸ் கடல்களில் அலையட்டும்
அது அவன் உரிமை!
நமது ஆவிகளை வாசனைப் பொருட்களின் பெயரால் அவன் அழைக்கட்டும்
நம்மைச் செவ்விந்தியர் என அவன் அழைக்கட்டும்
தன் பயணத்தைச் சரிசெய்ய அவன் தன் திசைகாட்டியைச் சுழற்றட்டும்
வடக்குக் காற்றின் எல்லாத் தவறுகளையும் அவன் திசை திருப்பட்டும்
ஆனால், அவனது வரைபடத்தின் குறுகிய உலகுக்கு அப்பால்
காற்றையும் தண்ணீரையும்போல
பார்சிலோனாவில் உள்ள மக்களைப்போல
எல்லா மனிதர்களும் பிறப்பில் சமம் என்பதை
அவனால் நம்ப முடியாது

எல்லாவற்றிலும் அவர்கள் இயற்கையின் கடவுளை வழிபட்டார்கள்
ஆனால், தங்கத்தை அல்ல.

கொலம்பஸ்
சுயாதீனமாக ஒரு மொழியைத் தேடியிருக்கலாம்
நம் மூதாதையரின் மண்டை ஓடுகளில் தங்கத்தைத் தேட
அவனால் முடியவில்லை.

வாழ்வோரதும் மரித்தோரதும் மாமிசத்திலிருந்து
அவன் தனக்கு வேண்டிய அளவு பெற்றுக்கொண்டான்
எமது ஏரிகளை அலங்கரிக்க
சிதிலமடைந்த பானையோடுகளைத்தவிர,
சில சிறிய இறகுகளைத் தவிர
கொடுப்பதற்கு எம்மிடம் எதுவும் எஞ்சி இருக்கவில்லை

பின் ஏன் புதைகுழியிலிருந்து கூட
அவன் தன் குரூர யுத்தத்தைத் தொடர்ந்தான்?
எல்லோரும் சொன்னார்கள்,
நீ எழுபது மில்லியனுக்கு அதிகமான இதயங்களை கொன்றாய்.
ஒரு புது யுகத்தின் சிம்மாசனத்துக்கு
இனப்படுகொலையிலிருந்து திரும்ப
இது உனக்கு தாராளமாகப் போதும்

அந்நியனே,
ஒரே யுகத்தில் நாம் நேருக்குநேர் சந்திக்க இது தருணமில்லையா?
ஒரே மண்ணுக்கு அந்நியராகிய நாம்
பயங்கரத்தின் உச்சியில் சந்திக்க இது தருணமில்லையா?

எம்முடையது எதுவோ அது எம்மிடம் உண்டு
வானத்தில் உன்னுடையது எதுவோ அது எம்மிடம் உண்டு
காற்றும் நீரும் உன்னுடையது அது எம்மிடமும் உண்டு
எம்முடைய கற்குறுணிகள் எம்மிடம் உண்டு
உன்னுடைய இரும்பு அது எம்மிடம் உண்டு

நிழற் பிராந்தியத்தில் நாம் ஒளியைப் பகிர்ந்துகொள்வோம்
இரவில் உனக்கு வேண்டியதை எல்லாம் நீ எடுத்துக்கொள்
ஆனால் அமரர்களான எமது இறந்தோரைப் புதைப்பதற்குச்
சில நட்சத்திரங்களை விட்டுவை
கடலில் உனக்கு வேண்டியதை எல்லாம் எடுத்துக்கொள்
ஆனால் எமது மீன்களைப் பிடிக்க
எமக்காகச் சில அலைகளை விட்டுவை
பூமியிலும் சூரியனிலும் உள்ள எல்லாத் தங்கத்தையும் எடுத்துக்கொள்
ஆனால் எமது நிலத்தை எமக்காக விட்டுவிடு

அந்நியனே, பின்னர் திரும்பிப்போ
மீண்டும் ஒருமுறை இந்தியாவைத் தேடு

3

எமது பெயர்கள்: தெய்வீகப் பேச்சின் கிளைவிடும் இலைகள்
ஒரு துப்பாக்கியைவிட அதி உயரப் பறக்கும் பறவைகள்
கடலுக்கப்பால் இருந்து வந்தவன் நீ,
போர் தொடுக்கிறாய்
எம் பெயர்களின் மரத்தை வெட்டாதே
திறந்த எம் சமவெளிகளில்

கொழுந்துவிடும் உன் குதிரைகளைப் பாயவிடாதே

உனக்கு உனது கடவுள் இருப்பதுபோல்
எமக்கு எமது கடவுள் இருக்கிறார்
உனக்கு உனது மதம்போல் எமக்கு எமது மதம்
எமது நிலத்தின் மீது உனது நிலத்துக்கு உரிமைகோரும்
புத்தகங்களில் உனது கடவுளை விலைபேசாதே
உனது கடவுளை அரச மாளிகையின் அதிகாரியாக நியமிக்காதே

எம் கனவுகளின் ரோஜாவை எடுத்து
மகிழ்ச்சியை நாம் எவ்வாறு அனுபவித்தோம் என்பதைப்பார்
எமது வில்லோ மர நிழல்களில் தூங்கி
ஒரு புறாவைப் போலப் பறக்கத் தொடங்கு
அமைதியில் பறந்துசென்று அமைதியில் திரும்பியபோது
எங்கள் மூதாதையர் இதையே செய்தனர்

மத்தியதரைக்கடலிலிருந்து நீங்கியது உனக்கு நினைவிருக்காது
செங்குத்தான மலைச்சரிவின் விளிம்பில் இருந்தன்றி
ஒரு வனத்தின் மத்தியிலிருந்து நிரந்தரத்தின் தனிமை நீங்கியது
உனக்கு நினைவிருக்காது

உன்னிடம் இல்லாதது தோல்விபற்றிய ஞானம்
ஒரு தோற்ற யுத்தம்,
மூர்க்கமான கால நதியின் வேகத்தை எதிர்த்து
உறுதியாக நிற்கும் ஒரு பாறை,
உள்ளே கனிந்த ஒரு அவசியமான புழுதி வானம் பற்றிய ஒரு கனவு,
ஒரு பாதைக்கும் மற்றப்பாதைக்கும் இடையிலான ஒரு தயக்கம்

ஒரு நாள் யுரிபிடஸ் காணாமற் போவான்,
அதுபோல் கானான் மற்றும் பாபிலோன் பாடல்களும்
ஷலாமித்துக்கான சொலொமனின் பாடல்களின் பாடலும்
பள்ளத்தாக்கின் அவாவுறும் லில்லி மலர்களும் காணாமற்போகும்

வெள்ளையனே, உனக்குத் தேவைப்படுவது
பைத்தியம் பிடித்த குதிரைகளை
எவ்வாறு அடக்குவது என்பது பற்றிய நினைவூட்டல்,
இசைச் சாம்பலில் தோய்த்து மினுக்கப்பட்ட இதயங்கள்,
அத்துடன் ஒரு தயங்கும் துப்பாக்கி.

(ஆனால் நீ கொல்லவேண்டுமாயின் வெள்ளையனே
எம்முடன் நட்புக்கொண்ட உயிரினங்களைக் கொல்லாதே
எமது கடந்த காலத்தைப் படுகொலை செய்யாதே.)

அந்தக் கவர்ச்சியற்ற கூதிர் இரவுகளில்
நீ எமது ஆவிகளுடன் ஒரு ஒப்பந்தம் செய்யவேண்டியிருக்கும்
உனது குற்றம் திரையில் குறைந்த கவர்ச்சியுடன் காட்சியளிக்க..
ஒரு குறைந்த பிரகாசமான சூரியனுக்காக
ஒரு குறைந்த பூரணச் சந்திரனுக்காக.

நீ உன் வேலையைச் செய்
கடவுளைக் கூறுபடுத்து.

4

இந்த அழகிய புதிர் எம்மிடமிருந்து எதை மறைக்கிறது
என்று எமக்குத் தெரியும்: ஒரு சொர்க்கத்தின் மரணம்.
ஒரு வில்லோ நகர்கிறது...
காயப்பட்ட வெளியின் பள்ளங்களில்
ஒரு விலங்கு தன் ராச்சியத்தை நிறுவுகிறது
சமுத்திர நீர் நம் வீட்டு மரக் கதவுகளை
உப்பில் ஊறவைக்கிறது
பூமியின் ஆதிச்சுமை முன்பைவிட பாரமாகிவிட்டது
ஆனால் காலத்தின் தொடக்கத்திலிருந்து
நாம் அறிந்ததை ஒத்ததாகவேயுள்ளது

நமது நிகழ்காலம் இரத்தம் சிந்தினும்
வரலாற்றின் சாம்பலுள் நமது நாட்கள் புதைக்கப்படினும்
காற்று நம் தொடக்கத்தையும் முடிவையும் எடுத்துரைக்கும்

அதன்ஸ் எமதல்ல என்பது எமக்குத் தெரியும்
முகில் கூட்டத்திலிருந்து அல்லது எழும் புகையிலிருந்து
நாட்களின் நிறத்தை எம்மால் இனங்காண முடியும்.
ஆனால் அதன்ஸ் உன்னுடையதுமல்ல
எமக்காக, தோற்ற கடவுளருக்காக,
எமது ரொட்டியின் உப்பைத் தற்காப்பதற்காக
எத்தகைய வலிய இரும்பு தயாராகிறது என்பது எமக்குத் தெரியும்
நேர்மையைவிட உண்மை வலியது என்பது எமக்குத் தெரியும்
ஆயுதங்களின் தொழில்நுட்பம் மாறியபோது
காலங்களும் மாறின என்பதும் எமக்குத் தெரியும்

மழையற்ற மேகங்களுக்கு எமது குரலை யார் எடுத்துச் செல்வார்?
நாம் போனபின் வெளிச்சத்தை யார் அணைப்பார்?
நம் கோயில்களை யார் பராமரிப்பார்?
இரும்பின் மோதலிலிருந்து நம் மரபுகளை யார் பாதுகாப்பார்?

அந்நியன் சொல்கிறான்:
'நாம் உங்களுக்கு நாகரீகத்தைக் கொண்டுவருகிறோம்
நாமே காலத்தின் எஜமானர்
உங்களின் இந்த நிலத்தில் வாழ வருக
இந்தியர் வரிசையில் அணிவகுத்துச் செல்க
அப்போதுதான் ஏரிக்கரையில்
பிணம் பிணமாக உங்களை எங்களால் கணக்கிட முடியும்
அணிவகுத்துச் செல்க, மறை நூல்கள் வளம்பெறட்டும்!
கடவுள் எமக்குமட்டுமே வேண்டும்
ஏனெனில் கர்த்தரின் கண்களில் சிறந்த இந்தியர்கள்
இறந்த இந்தியர்களே'

கர்த்தரும் வெள்ளையர் பகலும் வெள்ளை
உனக்கு உனது உலகம் எமக்கு எமது.
அந்நியன் சொல்வது உண்மையில் வினோதமானது
அவன் மண்ணில் ஆழக் கிணறு தோண்டுகிறான்
வானத்தைப் புதைக்க
உண்மையில் வினோதமானதே அந்நியன் சொல்வது!
அவன் எங்கள் குழந்தைகளை வேட்டையாடுகிறான்
வண்ணத்துப் பூச்சிகளையும் வேட்டையாடுகிறான்
அந்நியனே,
எமது தோட்டத்துக்கு நீ தரும் வாக்குறுதிகள் என்ன?
பித்தளைப் பூக்கள்
எமது உண்மைப் பூக்களைவிட அழகானவை என்பதா?
நன்று!
ஆனால் உனக்குத் தெரியுமா
எமது இரத்தத்தால் கறைபட்ட புல்லை
மான் ஒருபோதும் நெருங்காது

எருமைகள் எமது சகோதரர்களும் சகோதரிகளும்தான்
வளரும் அனைத்தும் அப்படித்தான்.
இன்னும் ஆழத் தோண்டாதே!
எங்கள் பாட்டியை – இந்த மண்ணை –
தன் முதுகில் சுமந்துவரும் ஆமையின் ஓட்டை உடைக்காதே!
எமது மரங்கள் அவளின் கூந்தல்
அவளது மலர்களால் நாம் எம்மை அலங்கரிக்கிறோம்

'மண்ணில் மரணம் இல்லை'
ஆகவே அவளின் மென்மையான உருவைச் சிதைக்காதே
மண்ணைக் காயப்படுத்தாதே

அவளது பழத்தோட்டத்தின் மென் கண்ணாடிகளை நொறுக்காதே
அவளை அதிரப் பண்ணாதே
அவளைக் கொல்லாதே, நதிகள் அவளின் இடுப்பு
நாம் அவளின் பேரப்பிள்ளைகள்

நாம் விரைவில் போய்விடுவோம்

எமது இரத்தத்தை எடுத்துக்கொள்
ஆனால், மண்ணை விட்டுவிடு:
தண்ணீரின் முகத்தில்
அவனுக்காகவும் எமக்காகவும்
கடவுளின் எழுத்துகள் மிகத் தெளிவாக உள்ளன

காற்றில் இன்னும் நம் மூதாதையரின் குரலைக் கேட்கிறோம்
பூச்சொரியும் மரங்களில் அவர்களின் நாடித்துடிப்பைக் கேட்கிறோம்
இந்த மண் நமது பாட்டி,
ஒவ்வொரு கல்லும் புனிதமானது
கடவுளர் நம்முடன் வதியும் குடிசையும் புனிதமானது.
நாம் வணங்கும் இரவுகளை வெள்ளிகள் ஒளியூட்டுகின்றன
கற்களின் ஆன்மாவைத் தொடுவதற்காக
நாம் நிர்வாணமாய் அலைகிறோம்,
வெற்றுக் காலால் நடக்கிறோம்.
அதனால் காற்று
எங்களைப் பெண்களிடம் கொண்டுசெல்கிறது
அவர்களே இயற்கையின் நன்கொடையை நிறைவுசெய்வோர்

நமது வரலாறு அவளுடைய வரலாறே

நம் வாழ்வை நீடிக்கவேண்டுமாயின்
தூரப்போ, மீண்டும் திரும்பிவா

மண்ணுக்கு
ஒவ்வொன்றாக
ஆவிகளைத் திருப்பிக்கொடு

எமது நேசர்களின் நினைவுகளை சாடிகளில் வைத்திருக்கிறோம்
எண்ணெயையும் உப்பையும் போல.
நீர்ப்பறவைகளின் சிறகுகளில்
அவர்களின் பெயர்களைக் கட்டியிருக்கிறோம்.

நாமே முதலில் இங்கிருந்தோம்
வானத்திலிருந்து எமது நீலக் கதவுகளை வேறுபடுத்த

தடுப்புகள் எவையும் இருக்கவில்லை
எமது மான்கள் புல் மேய்ந்த இடங்களில்
குதிரைகள் எவையும் மேயவில்லை
எம் மனைவியரின் இரவுகளில்
அந்நியர் யாரும் அத்துமீறி நுழையவில்லை

இந்தக் காயம்பட்ட இடத்தில்
மக்களுக்காக அழுவதற்கு
காற்றுக்கு ஒரு புல்லாங்குழலைக் கொடு
நாளை உனக்காக அழுவதற்கும்

நாளை உனக்காக அழுவதற்கும்!

5

எமது இறுதி நெருப்பை வளர்க்கையில்
உனது வாழ்த்துகளை நாம் ஏற்றுக்கொள்ள மறுக்கிறோம்

உனது புதிய இரும்புக் கடவுளிடமிருந்து
எமக்குக் கட்டளைகளை எழுதாதே

இறந்தவர்களிடமிருந்து சமாதான ஒப்பந்தங்களைக் கோராதே
சமாதானத்தில் உன்னை வரவேற்க யாரும் எஞ்சியிருக்கவில்லை
சமாதானம் எங்கும் இல்லை

ஆங்கிலத் துப்பாக்கிகளின் படுகொலை,
ஃபிரஞ்சு வைன், சளிக்காய்ச்சல்
இவற்றுக்குமுன் நாம் களிப்புடன் வாழ்ந்தோம், வளமுற்றோம்
எமது வாய்மொழி வரலாற்றை மனனம் செய்தோம்
அன்புற்ற மக்களாய், அக்கம் பக்கமாய்
அமைதியில் வாழ்ந்தோம்
அப்பாவித்தனத்தின், காட்டுமலர்களின் செய்திகளை
நாம் உமக்குக் கொண்டுவந்தோம்
ஆனால் உனக்கு உனது கடவுள்
எமக்கு எமது கடவுள்.

காலம் ஒரு நதி
எம் கண்ணீரின் ஊடே அது கலங்கித் தெரிகிறது
சில கவிதை வரிகளையேனும்
நீ ஒரு போதும் மனனம் செய்யவில்லையா?
படுகொலைகளிலிருந்து சிலவேளை
அது உன்னைத் தடுத்திருக்கும் அல்லவா?

நீ ஒரு பெண்ணுக்குப் பிறக்கவில்லையா?
எம்மைப்போல் உன் தாயின் மார்பிலிருந்து
கனிவின் பாலை நீ அருந்தவில்லையா?
நீ பறவைகளுடன் விளையாடவில்லையா?

நாம் வசந்தத்தின் செய்திகளை உனக்குக் கொண்டுவந்தோம்
(நீ எம்மை நோக்கி துப்பாக்கி முனையை நீட்டாதே)

நாம் அன்பளிப்புகளைப் பரிமாறிக்கொள்ளலாம்
நாம் பாடலாம்
எனது மக்கள் ஒரு காலத்தில் இங்கே வாழ்ந்தனர்,
பின் இங்கேயே மடிந்தனர்...
மரங்கள் அவர்களின் ஆன்மாக்களை இங்கு மறைத்தன
எமது மக்கள் திரும்பி வருவார்கள்
காற்றில்,
தண்ணீரில்,
வெளிச்சத்தில்...

என் தாய் நாட்டை நீ வாளால் பறித்தெடு!

பலியாளுக்கும் கொலைஞனுக்குமிடையே
ஒரு ஒப்பந்தத்தில் கையெழுத்திட நான் மறுக்கிறேன்

அது ஓரங்குலத் தரிசு நிலமாயினும்
ஓரங்குலச் சோள வயலாயினும்
என் உடைமைகளைப் பறிக்கும் விற்பனைத் தாளில்
கையெழுத்திட மறுக்கிறேன்
சூரியனுக்கு அதுவே என் கடைசி வணக்கமாயிருப்பினும் சரியே!

என் பெயரினால் மட்டும் சுற்றப்பட்டு
நான் ஆற்றில் நடக்கையில்
என் தாய்மடிக்கு நான் திரும்பிக்கொண்டிருக்கிறேன்
என்பது எனக்குத் தெரியும்.
ஆகவே, வெள்ளை எஜமானே,
நீயும் உன் யுகத்துக்குள் நுழை
உனது குரூரமான விடுதலைச் சிலைகளை
எனது பிணத்தின் மேல் செலுத்து
உன் இரும்புச் சிலுவைகளை
என் கல் நிழல்மீது செதுக்கு
விரைவில் நான் ஒரு பாடலின் உயரத்துக்கு எழுவேன்
வரலாறு முழுக்கத் துரத்தியடிக்கப்பட்டு

தற்கொலைசெய்த இலட்சக்கணக்கானோரால்
பாடப்படும் பாடல் அது
பெரும் திரள் மத்தியில் எமது குரல்கள்
பறவைகள்போல் ஒலியெழுப்பும்

மின்னலுக்கும் மின்சாரத்துக்குமாக
அவர்கள் தங்கள் கம்பி வடங்களைக் அமைத்தபோது
இங்குதான் அந்நியர்
முகில்கள் கலந்த கடலையும் உப்பையும் வெற்றிகொண்டார்கள்
இங்குதான் அந்நியர்
எமக்குள் இருந்த சோள உமிகளை வெற்றிகொண்டார்கள்

இங்குதான் துயருற்ற பருந்து
தன் மரணத்துள் மூழ்கியது
புதிய யுகத்தில் எம்மை வெறுங்கையராக்கிவிட்டு
இங்குதான் அந்நியர் எங்களை வெற்றிகொண்டார்கள்

இதோ எமது உடல்கள் ஆவியாகி
முகில்களாக, முகில்களாக வானத்தில் கலக்கின்றன
இதோ எமது ஆன்மாக்கள்
பாடலின் வானத்தில் வெள்ளிகளாக, வெள்ளிகளாக ஒளிர்கின்றன

6

எம்மைப்போலவே எமது நிகழ்காலம்
எமது இறந்தகாலமாவதற்கு
நீண்டகாலம் செல்லவேண்டும்

நாம் எமது மரணத்தை எதிர்கொள்வோம்
ஆனால், முதலில் நாம் அணிந்திருக்கும் மரங்களை
பாதுகாப்போம்

இரவின் மணியை,
நம் குடிசைகளின் மேல் தொங்கும் சந்திரனை
நாம் கௌரவிப்போம்

பாய்ந்து செல்லும் நமது மானை,
நமது ஜாடிகளின் களிமண்ணை,
நமது கடைசிப் பாடல்களின் சிறகின் இறகுகளை
நாம் பாதுகாப்போம்

எமது மயானங்களிலிருந்து

ஒரு செயற்கைக் கோளை உருவாக்குவதுபோல
விரைவில் உனது உலகை
எமது உலகின்மேல் நீ உயர்த்தி வைப்பாய்

இதுதான் இரும்பு யுகம்:
ஒரு நிலக்கரித் துண்டிலிருந்து வடித்தெடுக்கப்பட்டது
பலவானுக்காகக் குமிழிவிடும் சம்பெயின்!

இறந்தவர்கள் உள்ளனர் காலனிகளும் உள்ளன
இறந்தவர்கள் உள்ளனர் புள்டோசர்களும் உள்ளன
இறந்தவர்கள் உள்ளனர் மருத்துவமனைகளும் உள்ளன
இறந்தவர்களும் உள்ளனர் அவர்களை
அவதானிக்க ராடார் திரைகளும் உள்ளன
இவ்வாழ்வில் அவர்கள் பலமுறை மரணிப்பதால்
மரணித்தபின்பும் வாழ்பவர்களையும்
மரணித்தவர்களின் மேலே நிலத்தை உயர்த்த மரணிப்பவர்களையும்
அவதானிக்கும் ராடார் திரைகள் உள்ளன

ஓ வெள்ளை எஜமானே,
உனது மக்களையும் எனது மக்களையும்
நீ எங்கே கொண்டுசெல்கிறாய்?

விமானங்களாலும் ஜெற்களாலும் நிரம்பிய இந்த றோபோ
பூமியை எந்தச் சிக்கல் சகதிக்குள் இழுத்துச் செல்கிறது?
எந்த எல்லையற்ற ஆழ்குழியில்
நீ இறங்கப்போகிறாய்?

நீயே அதைத் தீர்மானி

ஒரு புதிய ரோம், ஒரு தொழில்நுட்ப ஸ்பார்ட்டா,
பைத்தியக்காரனுக்கான ஒரு கருத்துநிலை...
ஆனால், எமது மனம் ஏற்றுக்கொள்ளாத
ஒரு யுகத்திலிருந்து நாம் வெளியேறுவோம்

முன்னொரு காலத்தில் நாம் ஒரு மக்கள் தொகுதி
இப்போது பறவைகளின் பூமியில் ஒரு பறவைக் கூட்டம்
எமது தாயகத்தைக் கற்களினூடு நாம் பார்ப்போம்
முகில்களின் இடைவெளியூடாக
நட்சத்திரங்களின் பேச்சினூடாக
ஏரியின் மேலே தடுக்கப்பட்ட காற்றினூடாக
சோளக்கதிர்களின் மென்மையான குஞ்சங்களுக்கு இடையே
நாம் அதை நோக்குவோம்

புதைகுழியின் பூக்களிலிருந்து நாம் எழுவோம்
பொப்லார் இலைகளிலிருந்து நாம் வெளிப்படுவோம்
ஓ வெள்ளையனே,
முற்றுகைகள் எல்லாவற்றிலிருந்தும்
இன்னும் இறந்துகொண்டிருக்கும் எல்லா இறந்தவர்களிடமிருந்தும்,
வாழ்பவர்கள், தம் கதையைச் சொல்வதற்குத் திரும்பி வந்தவர்கள்
எல்லாரிடமிருந்தும் நாம் வெளிப்படுவோம்

உன்னைப் பற்றியும் எம்மைப் பற்றியும்
எல்லா உண்மைகளையும் சொல்ல
பூமிக்குப் போதிய கால அவகாசம் கொடுப்போம்

எம்மைப்பற்றிய எல்லா உண்மைகளும்
உன்னைப்பற்றிய எல்லா உண்மைகளும்

7

நீ கட்டிய அறைகளில்
இறந்தவர்கள் ஏற்கனவே தூக்கத்தில் இருக்கிறார்கள்

நீ கட்டும் பாலங்களை
இறந்தவர்கள் ஏற்கனவே கடந்துகொண்டிருக்கிறார்கள்

இறந்தோர் சிலர் வண்ணத்துப் பூச்சிகளின் இரவை
ஒளியேற்றுகின்றனர்
உதயத்தில் உன் தேனீரை அருந்த வந்த
இறந்தவர்களை
உனது துப்பாக்கிகள் சுட்டு வீழ்த்தின

இங்கு விருந்தினராய் வந்திருப்போரே,
சில நாற்காலிகளையேனும் வெறுமையாக விட்டுவையுங்கள்
இறந்தோருடன் ஒரு சமாதான ஒப்பந்தத்துக்கான நிபந்தனைகளை
உங்கள் முகவர்கள் வாசிப்பதற்காக
●

ஆங்கில மொழிபெயர்ப்பாளர்கள்

Abdullah al Udhari, Denys Johnson- Davis, Ibrahim Mohamed, Lena Jayyusi, Christopher Middleton, H. Martens, Sulafa Hijjawi

பயன்பட்ட நூல்கள்

Abdullah al - Udhari, (Ed.), (1986), *Modern Poetry of the Arab World*, Penguin Books.

Mahmoud Darwish, (1980), *The Music of Human Flesh* (Selected and translated by Denys Johnson - Davies), Heinemann London and Three Continent Press, Washington, D.C.

Salma Khadra Jayyusi, (Ed.), (1992), Anthology *of Modern Palestinian Literature*, Colombia University Press, New York.

Sharma, P. S. (Ed.), (1976), *Forever Palestine*, A collection of Palestinian Resistance Poems, P.L.O. (India) Office, New Delhi.

பல்வேறு இணையத்தளங்கள்